น้ำพุแห่งชีวิต

คำสอนแห่งพระพร
ที่ให้ชีวิตนิรันดร์แก่ท่าน

"กฎเกณฑ์ของปราชญ์เป็นน้ำพุแห่งชีวิต
เพื่อจะออกไปให้พ้นจากบ่วงของความมรณา"
(สุภาษิต 13:14)

น้ำพุแห่งชีวิต

การรวบรวมบทความของดร.แจร็อก ลี
ในหัวข้อ “ชีวิตคริสเตียนที่ถูกสร้างขึ้นใหม่”

URIM BOOKS

น้ำพุแห่งชีวิต โดย ดร. แจร็อก ลี
จัดพิมพ์โดย อุริมบุคส์ (ตัวแทน: ซองเคียน วิน)
235-3, คูโร-ดอง 3, คูโร-กุ, โซล เกาหลีใต้
www.urimbook.com

สงวนลิขสิทธิ์ ห้ามจัดพิมพ์หนังสือเล่มนี้หรือส่วนหนึ่งส่วนใดข
องหนังสือเล่มนี้ซ้ำ หรือเก็บไว้ในระบบเพื่อนำกลับมาใช้ใหม่
หรือถ่ายทอดด้วยรูปแบบอื่นใด หรือโดยเครื่องมืออิเล็กทรอนิกส์
เครื่องกล การถ่ายสำเนา การบันทึกหรือด้วยวิธีการหนึ่งใดเหล่านี้โดย
มิได้รับอนุญาตจากผู้จัดพิมพ์อย่างเป็นลายลักษณ์อักษร

ข้ออ้างอิงพระคัมภีร์ที่ใช้ในหนังสือเล่มนี้นำมาจากพระคริสต์ธรรมคัม
ภีร์ไทยฉบับ 1971 และ
พระคัมภีร์ภาษาไทยฉบับ King James Version
จัดพิมพ์โดยสมาคมพระคริสตธรรมไทย

สงวนลิขสิทธิ์ © 2013 โดย ดร. แจร็อก ลี

ISBN: 979-11-263-1366-2 03230

ลิขสิทธิ์การแปล © 2014 โดยดร.เอสเธอร์เค.
ชุงใช้โดยได้รับอนุญาต

ได้รับอนุญาตให้แปลเป็นภาษาไทยโดยดร.ดานิเอล แสงวิชัย

จัดพิมพ์ครั้งแรกเมื่อเดือนกรกฎาคม 2013

จัดพิมพ์ครั้งก่อนเป็นภาษาเกาหลีในปี 1992 โดยอุริมบุคส์ในกรุงโซล
ประเทศเกาหลี

บทบรรณาธิการโดยดร.เจียมซุน วิน
ออกแบบโดยแผนกบรรณาธิการของอุริมบุคส์
จัดพิมพ์โดยยีวอน พรินติ้งคอมพานี
ข้อมูลเพิ่ม โปรดติดต่อ:urimbook@hotmail.com

บทนำ

"น้ำพุแห่งชีวิต"
เต็มไปด้วยพระคำของพระเจ้าที่เป็นเหมือนขุมทรัพย์

ที่ริมประตูแกะในกรุงเยรูซาเล็มมีสระอยู่สระหนึ่งซึ่งภาษาฮีบรูเรียกสระนั้นว่า "เบธซาธา" บางครั้งน้ำในสระกระเพื่อมขึ้นและผู้คนคิดว่าทูตสวรรค์เป็นผู้ที่ทำให้น้ำกระเพื่อม สระแห่งนี้เนืองแน่นไปด้วยผู้คนที่ป่วยเป็นโรคชนิดต่าง ๆ เพราะมีคนบอกเขาว่าถ้าผู้ใดก้าวลงไปในน้ำนั้นก่อนเขาก็จะหายจากโรคที่เขาเป็นอยู่นั้น มีชายคนหนึ่งที่ป่วยมาเป็นเวลาสามสิบแปดปีเขาทนทุกข์มาเป็นเวลานาน และเพราะความหวังที่เขามีในเรื่องการรักษาเขาจึงไม่ออกไปจากสระนั้น

เพราะพระองค์ทรงรู้จักจิตใจของเขาพระเยซูจึงตรัสกับเขาว่า "เจ้าปรารถนาจะหายโรคหรือ" พร้อมกับยื่นพระหัตถ์แห่งความรักของพระองค์ออกไป ชายคนนั้นตอบด้วยความเสียใจที่เขาไม่สามารถเอาตัวลงไปในสระเมื่อน้ำกำลังกระเพื่อมและเมื่อเขากำลังไปคนอื่นก็ลงไปก่อนแล้ว จากนั้นพระเยซูตรัสกับเขาว่า "จงลุกขึ้นยกแคร่ของเจ้า และเดินไปเถิด" ในทันใดนั้นเขาก็มีกำลังและเริ่มต้นเดิน ชายคนนั้นได้รับการรักษาให้หายจากโรคที่รบกวนเขามาเป็นเวลาสามสิบแปดปีด้วยพระดำรัสของพระเยซู

พระเยซูกำลังเสด็จผ่านแคว้นสะมาเรียและเสด็จมาถึงเมืองหนึ่งชื่อสิคาร์ ที่นั่นมีหญิงชาวสะมาเรียคนหนึ่งมาตักน้ำ

พระเยซูตรัสกับเธอว่า "ขอน้ำให้เราดื่มบ้าง" พระเยซูเริ่มตรัสกับเธอเพื่อเทศนาคำสอนเกี่ยวกับพระวิญญาณบริสุทธิ์ซึ่งเป็นของประทานของพระเจ้าและตรัสกับเธอว่าพระองค์คือผู้ที่ประทานน้ำแห่งชีวิตนิรันดร์ พระเยซูตรัสกับเธอเพิ่มเติมเช่นกันว่าเธอมีสามีมาแล้วห้าคน

เธอเห็นว่าพระเยซูทรงเป็นผู้เผยพระวจนะเพราะพระองค์ทรงรู้จักชีวิตในอดีตของเธอ แต่พระเยซูทรงเปิดเผยให้เธอเห็นว่าพระองค์คือพระเมสสิยาห์ เธอเต็มล้นด้วยความชื่นชมยินดีเนื่องจากเธอได้พบพระเมสสิยาห์และทิ้งหม้อน้ำของเธอและเข้าไปในเมืองพร้อมกับเผยแพร่ข่าวเกี่ยวกับพระเยซูกับทุกคนที่เธอพบ เมื่อได้ยินข่าวจากเธอ ผู้คนที่อยู่ในเมืองได้ทูลเชิญพระองค์ให้ประทับอยู่กับเขาเพื่อเขาจะได้ฟังคำเทศนาของพระองค์และชีวิตของคนเหล่านั้นถูกสร้างขึ้นใหม่ผ่านทางพระองค์

ด้วยวิธีนี้ พระคำที่พระเยซูตรัสออกมาประกอบด้วยฤทธิ์อำนาจซึ่งไม่มีที่สิ้นสุดและฤทธิ์อำนาจแห่งการทรงสร้าง ดังนั้นพระคำจึงสามารถแก้ปัญหาทุกอย่างในชีวิต รักษาโรคทุกชนิด และให้ชีวิตที่แท้จริงกับเรา เพราะเหตุนี้ สุภาษิต 13:14 จึงกล่าวว่า "กฎเกณฑ์ของปราชญ์เป็นน้ำพุแห่งชีวิตเพื่อจะออกไปให้พ้นจากบ่วงของความมรณา" คำว่า "น้ำพุแห่งชีวิต" ในข้อนี้หมายถึงน้ำที่มีชีวิตซึ่งปลดปล่อยผู้คนให้เป็นอิสระจากความเดือดร้อนหรือแรงกดดันทุกชนิด น้ำนี้ชีวิตคือพระคำของพระเจ้า พระเจ้าพระผู้สร้างทรงรอบรู้สิ่งสารพัดและทรงมีฤทธิ์อำนาจสูงสุด ดังนั้นจึงไม่สิ่งใดเป็นไปไม่ได้สำหรับพระองค์ พระองค์ทรงทราบทุกสิ่งล่วงหน้า พระองค์ทรงใส่คำตอบต่อปัญหาชีวิตทุกอย่างไว้ในพระคัมภีร์สำหรับเราจากจุดเริ่มต้นไปจนถึงจุ

ดสุดท้ายของชีวิต เมื่อเราพึ่งพิงพระคำของพระเจ้าและประพฤติตามพระคำของพระองค์เราก็จะมีชีวิตนิรันดร์และเข้าสู่หนทางที่เจริญรุ่งเรืองด้วยการรับเอาสติปัญญาและความเข้าใจจากเบื้องบน

"น้ำพุแห่งชีวิต" เป็นการรวบรวมบทความคริสเตียนที่ปรากฏอยู่ในหนังสือพิมพ์ "เดอะ กิโดก นิวส์" มาไว้ด้วยกัน บทความเหล่านี้สามารถนำมาใช้เพื่อสวมยุทธภัณฑ์ให้กับเราด้วยพระคำของพระเจ้าและเป็นประโยชน์ในการนมัสการของครอบครัว บทความเหล่านี้ครอบคลุมข้อมูลพื้นฐานของคริสเตียนเกี่ยวกับพระเจ้าพระผู้สร้าง พระเยซูคริสต์ ความรอด พระวิญญาณบริสุทธิ์ การนมัสการ การอธิษฐาน และความเชื่อ หนังสือเล่มนี้เสนอแนวทางของการเป็นศิษยาภิบาลหรือคนงานของคริสตจักรที่ได้รับการยอมรับจากพระเจ้า นอกจากนั้น คำตอบต่อปัญหาต่าง ๆ (เช่น ปัญหาเรื่องโรคภัยไข้เจ็บและปัญหาทางด้านการเงิน เป็นต้น) ยังถูกนำเสนอไว้ในหนังสือเล่มนี้ตามความจริงแห่งพระคำของพระเจ้าเช่นกัน

ผมหวังว่าใครก็ตามที่อ่านหนังสือเล่มนี้จะมีชีวิตนิรันดร์ผ่านคำสอนของพระเจ้าที่เป็นเหมือนขุมทรัพย์และชื่นชมกับชีวิตที่ถูกสร้างขึ้นใหม่ในพระเยซูคริสต์ ยิ่งกว่านั้น ผมอธิษฐานในพระนามขององค์พระผู้เป็นเจ้าเพื่อท่านจะจำเริญสุขทุกประการและมีพลานามัยสมบูรณ์เหมือนดังที่จิตวิญญาณของท่านกำลังจำเริญอยู่นั้น

ดร.แจร็อก ลี

สารบัญ

ตอนที่ 1
ชีวิตใหม่ในพระเยซูคริสต์

น้ำพระทัยของพระเจ้าที่ซ่อนอยู่ในการทรงสร้างมนุษย์ 3
การเป็นบุตรของพระเจ้า 6
เหตุใดพระเยซูจึงเป็นพระผู้ช่วยให้รอดของเราแต่เพียงองค์เดียว 9
ความหมายฝ่ายวิญญาณของการเป็นขึ้นมา 13
การหยุดพักที่แท้จริง 16
เมื่อพระวิญญาณบริสุทธิ์เสด็จมา 19
เคล็ดลับที่ซ่อนอยู่ในการถูกสร้างใหม่ 22
เพื่อให้มีชีวิตนิรันดร์ 25
ความเชื่อฝ่ายวิญญาณที่ตามมาด้วยการประพฤติ 28
อุปสรรคที่ขวางกั้นเราจากการมีความเชื่อฝ่ายวิญญาณ 30
ลักษณะของเจ้าสาวที่องค์พระผู้เป็นเจ้าทรงต้องการ 33

ตอนที่ 2

จงขอ จงหา และจงเคาะ

เพื่อให้ได้พบพระเจ้า 39
การนมัสการที่พระเจ้าทรงยอมรับ 43
คำสรรเสริญที่พระเจ้าพอพระทัย 46
พระเยซูทรงเป็นแบบอย่างที่ดีแก่เราในเรื่องการอธิษฐาน 49
จงขอ จงหา และจงเคาะ 52
คำอธิษฐานแห่งความเชื่อ คำอธิษฐานแห่งความรัก และคำอธิษฐานของคนชอบธรรม 55
จงแสวงหาแผ่นดินของพระเจ้าและความชอบธรรมของพระองค์ 57
ไม่มีสิ่งใดเป็นไปไม่ได้สำหรับท่านผู้นี้ 59
การอธิษฐานที่เห็นพ้องกับพระวิญญาณบริสุทธิ์ 62
การอดอาหารและการอธิษฐานที่พระเจ้าทรงปีติยินดี 64
จิตใจที่ไม่แปรเปลี่ยนซึ่งทำตามคำปฏิญาณ 67
ชีวิตของการเดินไปกับพระเจ้า 69

ตอนที่ 3
คำตอบมาจากพระเจ้า

กฎแห่งความหวัง 75
เพื่อตอบสนองความปรารถนาแห่งจิตใจของเรา 78
คำพูดแง่บวกแห่งความเชื่อ 81
จงขอบพระคุณองค์พระผู้เป็นเจ้า 84
ผู้คนที่รอคอยองค์พระผู้เป็นเจ้า 87
ความช่วยเหลือที่แท้จริง 90
ความจริงใจของเครื่องเผาบูชานับพัน 92
เหตุผลที่เราไม่ได้รับคำตอบ 94
เมื่อท่านเชื่อฟังด้วยการพึ่งพระคำ 97

ตอนที่ 4
พระเจ้าแพทย์ผู้ประเสริฐ

ต้นเหตุของโรคและการรักษาโรค 103
การรักษาความบกพร่องอ่อนแอ 107
"พระองค์เจ้าข้า ขอทรงโปรดเมตตาข้าพระองค์เถิด" 109
จงทำลายกำแพงแห่งความบาป 111
ความสำคัญของถ้อยคำที่ออกมาจากริมฝีปาก 115
จงทิ้งผ้าห่มของท่านเสีย 118
เพื่อให้มีสันติสุขที่แท้จริง 121
วิธีเอาชนะความเครียด 124
กฎฝ่ายวิญญาณในเรื่องคำตอบ 127

ตอนที่ 5
คนงานที่พระเจ้าทรงพอพระทัย

คนที่มีความฝันและทำให้ฝันเป็นจริง 135
ผู้อารักขาที่ดี 138
คนที่แสดงความรับผิดชอบ 142
คนชอบธรรม 146
คนซื่อตรง 149
คนที่องค์พระผู้เป็นเจ้าทรงยกย่อง 152
เราต้องประพฤติตนในพระวิญญาณเท่านั้น 155
เพื่อให้เกิดผลอย่างบริบูรณ์ 159
การอยู่อย่างสงบกับทุกคน 162
เพื่อให้เป็นอันหนึ่งอันเดียวกันในองค์พระผู้เป็นเจ้า 165
ที่อยู่อาศัยและรางวัลที่เราได้รับตามการกระทำของเรา 167
คนที่รับใช้คือผู้เป็นเอกเป็นใหญ่ 170

ตอนที่ 6
บุคคลที่ดีเลิศบุคคลที่ได้รับพร

โนอาห์เป็นคนที่ปราศจากตำหนิในยุคของท่าน 175
อับราฮัมผู้ได้รับพร 177
โยเซฟผู้ที่จำเริญขึ้นในทุกสิ่ง 179
โมเสสผู้สัตย์ซื่อกับสิ่งสารพัดในชุมชนของพระเจ้า 182
ดาวิดที่พระเจ้าทรงชอบพระทัย 186
ดาเนียลผู้ได้รับพระคุณ 189
มารีย์ชาวมักดาลาผู้เจิมด้วยน้ำมันหอม 192
อัครทูตเปาโลกับความเชื่อที่ไม่แปรเปลี่ยน 194
บุคคลที่ดีเลิศ บุคคลที่ได้รับพร 196

ตอนที่ 1

ชีวิตใหม่ในพระเยซูคริสต์

น้ำพระทัยของพระเจ้าที่ซ่อนอยู่ในการทรงสร้างมนุษย์ |การเป็นบุตรของพระเจ้า |เหตุใดพระเยซูจึงเป็นพระผู้ช่วยให้รอด ของเราแต่เพียงองค์เดียว |ความหมายฝ่ายวิญญาณของการเป็นขึ้นมา |การหยุดพักที่แท้จริง |เมื่อพระวิญญาณบริสุทธิ์เสด็จมา |เคล็ดลับที่ซ่อนอยู่ในการถูกสร้างใหม่ |เพื่อให้มีชีวิตนิรันดร์ |ความเชื่อฝ่ายวิญญาณที่ตามมาด้วยการประพฤติ |อุปสรรคที่ขวางกั้นเราจากการมีความเชื่อฝ่ายวิญญาณ |ลักษณะของเจ้าสาวที่องค์พระผู้เป็นเจ้าทรงต้องการ

"เหตุฉะนั้นถ้าผู้ใดอยู่ในพระคริสต์ ผู้นั้นก็เป็นคนที่ถูกสร้างใหม่แล้ว สิ่งเก่า ๆ ก็ล่วงไป ดูเถิด สิ่งสารพัดกลายเป็นสิ่งใหม่ทั้งนั้น"
(2 โครินธ์ 5:17)

น้ำพระทัยของพระเจ้าที่ซ่อนอยู่ในการทรงสร้างมนุษย์

ช่างปั้นผู้เชี่ยวชาญจะเลือกดินที่ดีและสร้างผลิตภัณฑ์เซรามิกที่มีเนื้อสีเขียวหยกหรือผลิตภัณฑ์เซรามิกที่มีเนื้อสีขาวอันทรงคุณค่าด้วยการอุทิศตนและความอดทนอย่างมาก เขาจะปั้นดินเป็นก้อนกลมๆ ที่ลักษณะเหมือนแป้งโดสองก้อน จากนั้นเขาจะสร้างรูปแบบ แกะสลักแบบนั้นลงไปในเครื่องปั้น เคลือบเครื่องปั้นนั้นด้วยวัตถุเคลือบถ้วยชาม และอบเครื่องปั้นหลายครั้ง ด้วยวิธีนี้เครื่องปั้นจึงกลายเป็นผลิตภัณฑ์เซรามิกที่ประณีตและงดงาม อย่างไรก็ตาม ช่างปั้นอีกคนหนึ่งใช้ดินแบบเดียวกัน แต่เขาใช้ดินนั้นเพื่อทำเป็นเครื่องปั้นดินเผาธรรมดา คุณค่าของบางสิ่งบางอย่างจะแตกต่างกันออกไปโดยขึ้นอยู่กับว่าใครเป็นผู้สร้างของสิ่งนั้นมาและของสิ่งนั้นถูกสร้างด้วยวัสดุประเภทใด

พระเจ้าผู้ยิ่งใหญ่ทรงสร้างมนุษย์ขึ้นตามพระฉายาของพระองค์เหมือนที่บันทึกไว้ในปฐมกาล 1:27 พระองค์ทรงสร้างมนุษย์ให้เป็นผู้มีชีวิตฝ่ายวิญญาณซึ่งไม่ได้มีลักษณะเหมือนพระฉายาภายนอกของพระองค์เท่านั้น แต่มีลักษณะเหมือนพระทัยดั้งเดิมขอ

งพระองค์ด้วยเช่นกัน วิวรณ์ 4:11 กล่าวว่า "...พระองค์ได้ทรงสร้างสรรพสิ่งทั้งปวง และสรรพสิ่งทั้งปวงนั้นก็ทรงสร้างขึ้นแล้วและดำรงอยู่ตามชอบพระทัยของพระองค์" สิ่งนี้หมายความว่าพระเจ้าทรงสร้างสรรพสิ่งด้วยพระประสงค์และพระทัยที่เฉพาะเจาะจง ถ้าเช่นนั้น อะไรคือพระประสงค์ของพระองค์ในการสร้างมนุษย์

ประการแรก พระเจ้าทรงต้องการบุตรที่แท้จริง
ปัญญาจารย์ 12:13 กล่าวว่า "ให้เราฟังตอนสรุปความกันทั้งสิ้นแล้ว คือจงยำเกรงพระเจ้า และรักษาพระบัญญัติของพระองค์ เพราะนี่แหละเป็นหน้าที่ทั้งสิ้นของมนุษย์" พระเจ้าทรงต้องการมีบุตรที่สามารถสื่อสารฝ่ายวิญญาณกับพระองค์ ยำเกรงพระองค์ และดำเนินชีวิตตามน้ำพระทัยของพระองค์ อย่างไรก็ตาม เมื่อเวลาผ่านไปมนุษย์ถูกเปรอะเปื้อนด้วยความบาปและความชั่ว เขาได้สูญเสียพระฉายาดั้งเดิมไปเนื่องจากความบาปของอาดัม ถ้าเรารู้ว่าจิตใจและร่างกายของมนุษย์ถูกสร้างขึ้นตามพระฉายาของพระเจ้าและเราเข้าสู่หน้าที่ของมนุษย์ เราก็ควรเป็นบุตรที่บริสุทธิ์ของพระเจ้าด้วยการดำเนินชีวิตตามพระคำของพระองค์

ประการที่สอง พระองค์ต้องการรับสง่าราศี
พระเจ้าคือผู้ที่คู่ควรจะได้รับสง่าราศีอย่างแท้จริง พระองค์ทรงเป็นผู้ที่สร้างฟ้าสวรรค์และแผ่นดินโลกและสิ่งสารพัดที่อยู่ในที่เหล่านั้นและพระองค์ทรงเป็นพระเจ้าผู้ยิ่งใหญ่และทรงเป็นความสว่าง ในพระองค์ไม่มีความมืดและพระองค์ทรงบริสุทธิ์ เมื่อถวายเกียรติแด่พระเจ้า พระองค์ไม่เพียงแต่ได้รับสง่าราศี แต่พระองค์ทรงประทานพระพรอย่างเปี่ยมล้นกลับมาให้เราและทรง

คืนสง่าราศีนิรันดร์ให้กับเราในสวรรค์ อิสยาห์ 43:7 กล่าวว่า “คือทุกคนที่เขาเรียกตามนามของเรา เพราะเราได้สร้างเขาเพื่อสง่าราศีของเรา เราได้ปั้นเขา เออ เราได้สร้างเขาไว้” ด้วยเหตุนี้ เราควรทำทุกสิ่งเพื่อถวายสง่าราศีแด่พระเจ้า ไม่ว่าเราจะกินหรือดื่มหรือสิ่งใดก็ตามที่เราทำ เราควรเป็นความสว่างและเป็นเกลือให้กับโลกผ่านการทำดีของเราและถวายสง่าราศีแด่พระเจ้าตามที่บันทึกไว้ในมัทธิว 5:16

ประการที่สาม พระองค์ต้องการที่จะมอบความรักและรับเอาความรัก

พระเจ้าทรงมีทั้งธรรมชาติของมนุษย์และธรรมชาติของพระเจ้า ดังนั้นพระองค์จึงทรงต้องการที่จะให้ความรักและรับเอาความรัก ในสวรรค์มีทูตสวรรค์จำนวนนับไม่ถ้วนที่เชื่อฟังพระองค์เหมือนหุ่นยนต์ แต่ทูตเหล่านั้นไม่มีเสรีภาพแห่งการตัดสินใจ ดังนั้นเขาจึงไม่สามารถแบ่งปันความรักจากส่วนลึกแห่งจิตใจของตนได้ พระเจ้าทรงต้องการสิ่งมีชีวิตที่รักพระองค์และแบ่งปันความรักกับพระองค์ด้วยจิตใจและเสรีภาพแห่งการตัดสินใจ เพราะเหตุนี้พระองค์จึงทรงสร้างมนุษย์ขึ้นตามพระฉายาของพระองค์ พระองค์ทรงดูแลมนุษย์ด้วยความรักอันยิ่งใหญ่และทรงนำเขาไปสู่แผ่นดินสวรรค์

การเป็นบุตรของพระเจ้า

ถ้าบิดาของบุคคลคนหนึ่งเป็นถึงกษัตริย์ของประเทศหนึ่ง บุตรของเขาก็จะมีสิทธิอำนาจมากเช่นกัน เขาจะชื่นชมกับทรัพย์สินและสง่าราศีในราชวังอันงดงามโดยไม่ต้องทำงานหนัก ลองจินตนาการดูซิว่าเราจะมีสิทธิอำนาจมากเพียงใดเมื่อเราเป็นบุตรของพระเจ้าผู้ทรงสร้างฟ้าสวรรค์และแผ่นดินโลกและสิ่งสารพัดที่อยู่ที่เหล่านั้น

เหมือนที่บันทึกไว้ในฟีลิปปี 4:3 เมื่อเราเป็นบุตรของพระเจ้าชื่อของเราก็จะถูกบันทึกไว้ในหนังสือแห่งชีวิตในสวรรค์ เราเป็นพลเมืองของสวรรค์ (ฟีลิปปี 3:20) และเราจะชื่นชมกับสง่าราศีแห่งสวรรค์ชั่วนิรันดร์ แน่นอน แม้แต่ในโลกนี้เราก็สามารถจำเริญสุขทุกประการและมีพลานามัยสมบูรณ์เหมือนดังที่จิตวิญญาณของเรากำลังจำเริญอยู่นั้น ถ้าเช่นนั้น เราต้องทำสิ่งใดเพื่อให้เป็นบุตรของพระเจ้าที่ชื่นชมกับสิทธิอำนาจและพระพรเช่นนั้น

ประการแรก เราต้องต้อนรับเอาพระเยซูคริสต์

ยอห์น 1:12 กล่าวว่า “แต่ส่วนบรรดาผู้ที่ต้อนรับพระองค์ พระ

องค์ทรงประทานอำนาจให้เป็นบุตรของพระเจ้า คือคนทั้งหลายที่เชื่อในพระนามของพระองค์" ในช่วงการทำพันธกิจของพระเยซู พวกยิวไม่คบค้าสมาคมกับคนต่างชาติหรือคนสะมาเรียซึ่งเป็นพวกลูกผสม เพราะเหตุนี้พวกยิวจึงเลือกเดินตามเส้นทางเบี่ยงรอบแคว้นสะมาเรียเพื่อหลีกเลี่ยงการเดินผ่านแคว้นนี้แม้ว่าเส้นทางที่ผ่านแคว้นสะมาเรียจะเป็นทางลัดไปสู่แคว้นกาลิลีก็ตาม แต่พระเยซูทรงเสด็จผ่านแคว้นสะมาเรียเพื่อประกาศพระกิตติคุณกับชาวสะมาเรีย

ในขณะที่พระองค์เสด็จไปยังแคว้นสะมาเรียพระเยซูเสด็จมาพบกับหญิงชาวสะมาเรียคนหนึ่งและขอให้เธอตักน้ำเพื่อให้พระองค์ดื่มตามที่อธิบายไว้ในยอห์น 4:7 พระเยซูทรงเคาะที่ประตูใจของเธอเพื่อเธอจะสามารถต้อนรับเอาพระเยซู กล่าวคือ ใครก็ตามที่ต้อนรับเอาองค์พระผู้เป็นเจ้าเมื่อพระองค์ทรงเคาะที่ประตูใจของเขาคนนั้นก็จะได้รับความรอด นี่คือน้ำพระทัยของพระเจ้า

ประการที่สอง เราต้องเชื่อในพระนามของพระเยซูคริสต์

พระเยซูตรัสไว้ในยอห์น 3:16 ว่า "เพราะว่าพระเจ้าทรงรักโลก จนได้ทรงประทานพระบุตรองค์เดียวของพระองค์ที่บังเกิดมา เพื่อผู้ใดที่เชื่อในพระบุตรนั้นจะไม่พินาศ แต่มีชีวิตนิรันดร์" จากพระคัมภีร์ข้อนี้เรารู้ว่าเราต้องมีความเชื่อเพื่อจะได้รับความรอด ความเชื่อนี้เป็นความเชื่อซึ่งเราใช้เพื่อทำตามน้ำพระทัยของพระเจ้าและไม่ใช่ความเชื่อที่เราใช้เรียก "พระองค์เจ้า พระองค์เจ้าข้า" ด้วยริมฝีปากของเราเพียงอย่างเดียว (มัทธิว 7:21)

เมื่อเราต้อนรับเอาพระเยซูคริสต์ พระเจ้าทรงส่งพระวิ

ญญาณบริสุทธิ์เข้ามาในจิตใจของเราเพื่อให้เป็นของประทาน พระวิญญาณบริสุทธิ์ที่อยู่ภายในเราจะทรงสอนเราในเรื่องความจริง ทรงนำเราให้ระลึกถึงสิ่งที่พระเยซูตรัสไว้ ทรงช่วยให้เรารู้ว่าเราเป็นคนบาป และทรงช่วยให้เราเชื่อในพระนามของพระเยซูคริสต์ ด้วยความช่วยเหลือของพระองค์เราจึงสามารถรู้ว่าเหตุใดพระเจ้าจึงสร้างมนุษย์ อะไรเป็นเหตุให้มนุษย์เดินอยู่ในเส้นทางแห่งความตาย และเหตุใดพระเยซูจึงทรงเป็นพระผู้ช่วยให้รอดของเราเพียงองค์เดียว เหมือนที่บันทึกไว้ในมัทธิว 16:16 ว่าเพราะเขารู้จักน้ำพระทัยและการจัดเตรียมของพระเจ้า ผู้คนจึงสามารถกล่าวยอมรับออกมาจากส่วนลึกแห่งจิตใจของตนว่า "พระเยซูทรงเป็นพระคริสต์พระบุตรของพระเจ้าผู้ทรงพระชนม์อยู่" ผู้คนเหล่านี้จะดำเนินชีวิตตามพระคำของพระเจ้าและเข้าสู่แผ่นดินสวรรค์

เหตุใดพระเยซูจึงเป็นพระผู้ช่วยให้รอดของเราแต่เพียงองค์เดียว

เจมส์ ซิมสันได้ทำการค้นพบสารคลอโรฟอร์มครั้งสำคัญ ซึ่งสารนี้คือยาระงับความรู้สึกและช่วยบรรเทาอาการปวดของผู้ป่วยได้มาก เมื่อนักศึกษาของเขาถามเขาว่าอะไรคือการค้นพบครั้งยิ่งใหญ่ที่สุดในชีวิตของเขา เขาให้คำตอบที่ไม่มีใครคาดคิดว่า "การค้นพบครั้งยิ่งใหญ่ที่สุดในชีวิตของผมก็คือการค้นพบว่าผมเป็นคนบาปและพระเยซูทรงเป็นผู้เดียวที่ช่วยผมให้รอด"

เหมือนที่เจมส์ ซิมสันประกาศเอาไว้ พระเยซูทรงแบกความบาปของมนุษย์ทั้งปวงเอาไว้ ทรงสิ้นพระชนม์บนกางเขน ทรงเป็นขึ้นมาจากความตายในวันที่สาม และทรงเป็นพระผู้ช่วยให้รอด กล่าวคือ พระเยซูทรงเป็นพระผู้ช่วยให้รอดของเราแต่เพียงองค์เดียว ถ้าเช่นนั้น เหตุใดพระเยซูจึงทรงเป็นพระผู้ช่วยให้รอดของเราแต่เพียงองค์เดียว

ประการแรก เพราะพระองค์เสด็จมาในโลกนี้ในสภาพของมนุษย์

อาดัมมนุษย์คนแรกได้รับการสั่งสอนจากพระเจ้าในเรื่องค

วามจริงเท่านั้น โดยธรรมชาติเขาจึงมีเฉพาะสิ่งที่สัตย์จริง เช่น ความดี ความรัก และความชอบธรรม เป็นต้น แต่หลังจากความบาปได้เข้ามาสู่มวลมนุษยชาติเมื่ออาดัมทำบาปแห่งการไม่เชื่อฟังด้วยการกินผลจากต้นไม้แห่งการรู้ดีและรู้ชั่ว มนุษย์ทั้งปวง (ซึ่งรวมถึงอาดัมและเชื้อสายทั้งสิ้นของเขา) จึงกลายเป็นคนบาป ดังนั้นมนุษย์จึงอยู่ในสถานการณ์ที่ไม่สามารถกำจัดภาระแห่งความบาปให้กับตนเองได้

มนุษย์จะสามารถปลดเปลื้องภาระแห่งความบาปได้ก็ต่อเมื่อผู้ที่มีคุณสมบัติเป็นพระผู้ช่วยให้รอดได้ชดใช้ค่าแห่งความบาปแทนเขาเท่านั้น คุณสมบัติข้อแรกของผู้ที่จะเป็นพระผู้ช่วยให้รอดซึ่งจะไถ่เราให้พ้นจากบาปของเราก็คือพระผู้ช่วยให้รอดต้องเป็นมนุษย์เพราะความบาปเข้ามาสู่มนุษยชาติโดยอาดัมผู้เป็นมนุษย์ (1 โครินธ์ 15:21) ทูตสวรรค์และสัตว์ไม่สามารถแบกรับภาระนี้ให้กับมนุษย์ได้ ด้วยเหตุนี้ เพื่อจะไถ่มนุษยชาติให้พ้นจากบาปแทนเขา พระเจ้าผู้ทรงเป็นพระวาทะจึงเสด็จเข้ามาในโลกในสภาพของมนุษย์ พระวาทะนี้คือพระเยซูเหมือนดังที่บันทึกไว้ในยอห์น 1:14

ประการที่สอง เพราะพระองค์ไม่ใช่เชื้อสายของอาดัม

เชื้อสายของอาดัมล้วนเป็นคนบาปที่มีความบาปดั้งเดิม ดังนั้นเขาจึงไม่มีความสามารถที่จะไถ่มนุษย์ให้พ้นจากความบาป สิ่งนี้เป็นเหมือนคนที่มีหนี้ท่วมหัวซึ่งไม่สามารถใช้หนี้แทนคนอื่นได้ แต่พระองค์ทรงปฏิสนธิในครรภ์ของมารีย์หญิงพรหมจารีโดยฤทธิ์อำนาจของพระวิญญาณบริสุทธิ์พระเจ้า (มัทธิว 1:20) พระเยซูเพียงแต่ยืมครรภ์ของเธอ เนื่องจากพระองค์ไม่ใช่เชื้อสาย

ของอาดัม พระองค์จึงไม่มีทั้งความบาปที่ได้รับสืบทอดมาหรือความบาปดั้งเดิมและพระองค์สามารถไถ่มนุษย์ให้พ้นจากความบาปของตนได้

ประการที่สาม เพราะพระองค์มีฤทธิ์อำนาจที่จะไถ่มนุษย์ให้พ้นจากความบาป

เพื่อช่วยพี่น้องของท่านที่เป็นหนี้ ท่านต้องมีเงิน ซึ่งหมายความว่าท่านต้องมีอำนาจทางการเงิน ในทำนองเดียวกัน เพื่อจะเป็นพระผู้ช่วยให้รอดสำหรับคนบาปพระผู้ช่วยให้รอดต้องมีฤทธิ์อำนาจที่จะไถ่เขาจากบาป ฤทธิ์อำนาจในโลกฝ่ายวิญญาณได้แก่การไม่มีความบาป พระเยซูทรงปฏิสนธิโดยพระวิญญาณบริสุทธิ์ ดังนั้นพระองค์จึงไม่ได้รับสืบทอดความบาปใดมา นอกจากนั้นพระองค์ทรงรักษาพระบัญญัติอย่างครบถ้วน ดังนั้นพระองค์จึงไม่ได้ทำบาปใดเลย ด้วยเหตุนี้ พระองค์จึงมีฤทธิ์อำนาจที่จะไถ่มนุษย์จากความบาป ดังนั้นผีมารซาตานจึงยอมจำนนต่อสิทธิอำนาจฝ่ายวิญญาณของพระเยซูและโรคภัยนานาชนิดจึงได้รับการรักษาให้หายโดยพระองค์ แม้แต่ฟ้าสวรรค์และแผ่นดินโลกและสิ่งสารพัดที่อยู่ในที่เหล่านั้นก็เชื่อฟังพระดำรัสของพระองค์

ประการที่สี่ เพราะพระองค์มีความรัก

แม้บางคนจะมีคุณสมบัติครบตามสามข้อข้างต้น แต่เขาก็ไม่สามารถเป็นพระผู้ช่วยให้รอดได้ถ้าเขาไม่มีความรักเพื่อไถ่มนุษย์ให้พ้นจากความบาป พระผู้ช่วยให้รอดต้องถูกรังเกียจเดียดฉันและถูกเยาะเย้ยราวกับว่าพระองค์เป็นคนบาปที่ชั่วร้ายที่สุดแม้ว่าพระองค์ไม่มีบาปเลยก็ตาม ยิ่งกว่านั้น พระองค์ต้องถู

กตรึงและหลั่งพระโลหิตทั้งสิ้น (กาลาเทีย 3:13; ฮีบรู 9:22) พระองค์จะทนกับความทุกข์ทรมานนั้นได้อย่างไรถ้าไม่มีความรัก พระเยซูมีความรักอันยิ่งใหญ่ ดังนั้นพระองค์จึงสามารถสิ้นพระชนม์บนกางเขนเพื่อคนบาปและเป็นพระผู้ช่วยให้รอด ด้วยเหตุนี้เราจะสามารถรับเอาความรอดได้โดยพระเยซูคริสต์เท่านั้น (กิจการ 4:12)

ความหมายฝ่ายวิญญาณของการเป็นขึ้นมา

หลังจากอาดัมทำบาป มนุษยชาติก็ไม่มีทางเลือกอื่นนอกจากมุ่งหน้าไปสู่นรกเนื่องจากค่าจ้างของความบาปคือความตาย (โรม 6:23) เพื่อช่วยมนุษย์ให้รอด พระเยซูผู้ไม่มีบาปได้สิ้นพระชนม์แทนมนุษย์ พระเยซูพระบุตรองค์เดียวของพระเจ้าได้แบกรับเอากางเขนเนื่องจากความรักและพระเมตตาของพระเจ้าผู้ทรงต้องการที่จะช่วยมนุษย์ให้รอดแม้สิ่งนั้นจะหมายถึงการที่พระองค์ต้องทนต่อความเจ็บปวดอย่างแสนสาหัสและการเสียสละอันยิ่งใหญ่ อย่างไรก็ตาม เนื่องจากพระเยซูไม่มีบาปพระองค์จึงทรงเป็นขึ้นมาจากความตายและทรงเป็นผลแรกของการเป็นขึ้นมา ดังนั้นผู้คนที่ได้รับความรอดด้วยการเชื่อในพระเยซูคริสต์ควรรอคอยการเสด็จมาครั้งที่สองขององค์พระผู้เป็นเจ้าและดำเนินชีวิตอยู่ในความหวังของการเป็นขึ้นมา อะไรคือความหมายฝ่ายวิญญาณของการเป็นขึ้นมา

เหนือสิ่งอื่นใด การเป็นขึ้นมาหมายถึงชัยชนะชั่วนิจนิรันดร์

มนุษย์ทุกคนตกอยู่ภายใต้คำแช่งสาปของธรรมบัญญัติที่ระบุว่า "ค่าจ้างของความบาปคือความตาย" พระเยซูทรงรับเอาการลงโทษแห่งความตายด้วยการตรึงเพื่อมนุษย์ทุกคนและทรงทำให้มนุษย์ได้รับการไถ่ให้พ้นจากความผิดบาป นอกจากนี้ เนื่องจากพระเยซูทรงไม่มีบาปพระองค์จึงได้ทำลายอำนาจของความตายทรงเป็นขึ้นมา และทรงมีชัยชนะ ทุกคนที่เป็นอันหนึ่งอันเดียวกันกับองค์พระผู้เป็นเจ้าในความเชื่อก็สามารถเป็นอิสระจากอำนาจของความตาย บรรลุถึงความรอด และมีกรรมสิทธิ์ในสวรรค์นิรันดร์

ประการที่สอง การเป็นขึ้นมาคือสัญลักษณ์ของการคืนดีกับพระเจ้า

ในสมัยพระคัมภีร์เดิม มนุษย์ได้รับการยกโทษบาปของตนด้วยการถวายเครื่องบูชาแด่พระเจ้าโดยใช้สัตว์เมื่อใดก็ตามที่เขาทำบาป แต่พระเยซูทรงทำลายกำแพงแห่งความบาประหว่างพระเจ้ากับเราเพียงครั้งเดียวพอด้วยการเป็นเครื่องบูชาไถ่บาปเพื่อความบาปของเรา การไถ่เราจากความบาป และการเป็นขึ้นมา (1 ยอห์น 2:2) ฉะนั้นการเป็นขึ้นมาของพระคริสต์จึงหมายถึงการสถาปนาการคืนดีกับพระเจ้า

ประการที่สาม สิ่งนี้ให้ความหวังกับเราในเรื่องการเป็นขึ้นมา

เนื่องจากพระเยซูคริสต์ทรงเป็นผลแรกของการเป็นขึ้นมา ทุกคนที่ได้รับความรอดในพระคริสต์ก็สามารถเป็นขึ้นมาด้วยเช่นกัน (1 โครินธ์ 15:52) เนื่องจากความหวังนี้ บุตรของพระเจ้าจึง

สามารถชื่นชมยินดีและถวายการขอบพระคุณในทุกสถานการณ์ สิ่งนี้เป็นเหมือนกรณีที่ว่าถ้าเรามั่นใจว่าเราจะได้รับเงินหนึ่งล้านดอลลาร์ในวันพรุ่งนี้เราก็สามารถชื่นชมยินดีในวันนี้แม้วันนี้เราจะไม่มีอาหารอยู่เลยก็ตาม นอกจากนั้น เราสามารถทำงานอย่างสัตย์ซื่อด้วยความชื่นชมยินดีและความคาดหวังในเรื่องรางวัลและสง่าราศีในสวรรค์เช่นกัน

การหยุดพักที่แท้จริง

ทุกคนล้วนมีภาระในชีวิตของตนเอง เด็ก ๆ เริ่มไปโรงเรียนเมื่อเขาอายุหกปีโดยเฉลี่ย บางคนอุทิศชีวิตของตนมากกว่า 20 ปีเพื่อให้ได้มาซึ่งความรู้ การจบการศึกษาไม่ได้หมายถึงความสะดวกสบายและการหยุดพัก คนเหล่านี้ดำเนินชีวิตด้วยการคิดว่าเขาจะได้รับการเลื่อนตำแหน่งในที่ทำงานได้อย่างไรหรือเขาจะดำเนินชีวิตที่มั่งคั่งรุ่งเรืองในสังคมที่เต็มไปด้วยการแข่งขันนี้ได้อย่างไร คนเหล่านี้แต่งงาน มีบุตร และอาจมีความสุข แต่สิ่งเหล่านี้ล้วนมาพร้อมกับการตรากตรำทำงานหนักและความเจ็บปวด

นอกจากนั้นยังมีภาระอย่างอื่นด้วยเช่นกัน สามีควรนำครอบครัวของตนในฐานะหัวหน้าครอบครัว ภรรยาควรดูแลคนในครอบครัวของตน พ่อแม่ควรอบรมเลี้ยงดูลูกของตนเป็นอย่างดี และลูก ๆ ควรให้เกียรติและปรนนิบัติพ่อแม่ของตน นอกจากนั้น ทุกคนยังมีหน้าที่และความรับผิดชอบในฐานะลูกจ้างและในฐานะพลเมืองของประเทศ

อย่างไรก็ตาม มีภาระหนึ่งที่ใหญ่โตและหนักหน่วงที่สุด นั่นคือ

ภาระแห่งความบาป ถ้าผู้คนรู้ว่าพระเจ้าพระผู้สร้างทรงพระชนม์อยู่และรู้ว่าสวรรค์และนรกเป็นสถานที่ที่มีอยู่จริง คนเหล่านี้จะรู้ว่าภาระแห่งความบาปนั้นเป็นภาระที่ใหญ่โตและหนักหน่วงที่สุด โรคภัยไข้เจ็บและภัยพิบัติมีต้นเหตุมาจากความบาป ความบาปคือต้นเหตุของปัญหาทุกชนิด ความบาปยังชักนำผู้คนไปสู่นรกเช่นกัน เพื่อแก้ปัญหาเหล่านี้พระเยซูได้เสด็จเข้ามาในโลกนี้เมื่อประมาณ 2 พันปีที่แล้ว

พระเยซูทรงกล่าวคำเทศนาแห่งความรักของพระองค์ไว้ในมัทธิว 11:28 ว่า “บรรดาผู้ทำงานเหน็ดเหนื่อยและแบกภาระหนักจงมาหาเรา และเราจะให้ท่านทั้งหลายหายเหนื่อยเป็นสุข”

เมื่อท่านมาหาพระเยซู ต้อนรับพระองค์เป็นพระผู้ช่วยให้รอดและเข้าสู่หนทางแห่งความเชื่อ จากนั้นปัญหาเรื่องความบาปของท่านก็จะได้รับการแก้ไข พระเยซูตรัสเช่นกันว่าเราสามารถพบกับการหยุดพักเมื่อเรารับเอาแอกของพระองค์มาแบกไว้และเรียนรู้จากพระองค์ (มัทธิว 11:29) แอกของพระเยซูคือการเชื่อฟังน้ำพระทัยของพระเจ้าและดำเนินชีวิตตามพระคำของพระองค์ กล่าวคือ สิ่งนี้หมายถึงชีวิตของพระองค์ (ฟีลิปปี 2:5-8) เมื่อเราทำตามแบบอย่างชีวิตของพระเยซูเราก็สามารถเป็นบุคคลที่เชื่อฟังน้ำพระทัยของพระเจ้าด้วยการมีพระทัยของพระคริสต์ในจิตใจของเรา

เมื่อวัวเข้าเทียมแอกและไถผืนดินที่แข็งกระด้างเพื่อทำให้เป็นดินร่วนและดินดี ชาวนาก็จะได้รับผลที่อุดมสมบูรณ์จากผืนดินนั้น เช่นเดียวกัน เมื่อเรารับเอาแอกของพระเยซูและเรียนรู้จากพระองค์ จิตใจของเราก็จะกลายเป็นดินดีและได้รับพระพรอันบริบูรณ์ของพระเจ้า ยิ่งกว่านั้น เราสามารถไปสวรรค์และมีชีวิตนิ

รันดร์ด้วยเช่นกัน ท่านรู้สึกเจ็บปวดเพียงใดเมื่อท่านมีข้อโต้แย้ง ระเบิดความโกรธ และทำลายความสงบสุขกับคนอื่น แต่ถ้าท่านรักทุกคนโดยไม่มีความเกลียดชังเหมือนที่พระเยซูทรงรัก ท่านก็จะเต็มล้นไปด้วยความชื่นชมยินดี ถ้าท่านต้องการการหยุดพักที่แท้จริง จงวางภาระหนักของท่านลงต่อพระพักตร์ของพระเยซูคริสต์ เมื่อท่านทำเช่นนั้นแล้ว ผมหวังว่าท่านจะพบกับการหยุดพักและได้รับพระพรในความรักของพระเจ้าผู้ทรงนำท่านไปสู่แผ่นดินสวรรค์ซึ่งที่นั่นไม่มีการร้องไห้หลั่งน้ำตา ไม่มีความโศกเศร้า และไม่มีความเจ็บปวด

เมื่อพระวิญญาณบริสุทธิ์เสด็จมา

การให้และการรับของขวัญที่ถูกตกแต่งไว้อย่างงดงามจากซึ่งกันและกันถือเป็นความชื่นชมยินดีอย่างมากแม้สิ่งเหล่านั้นจะเป็นของขวัญชิ้นเล็ก ๆ ก็ตาม สาเหตุก็เพราะว่าคนที่ให้และคนที่รับของขวัญเหล่านั้นสัมผัสจิตใจของซึ่งกันและกันที่อยู่ในของขวัญนั้น แต่ของขวัญที่มีคุณค่าและราคามากกว่าของขวัญอื่นใดในโลกนี้ได้แก่พระวิญญาณบริสุทธิ์ พระวิญญาณบริสุทธิ์ทรงเป็นของขวัญที่พระเจ้าทรงมอบให้กับเรา พระวิญญาณบริสุทธิ์คือพระทัยของพระเจ้าและพระเจ้าทรงส่งพระองค์มาหาเราเพื่อให้เป็นเครื่องหมายแห่งการเป็นบุตรของพระเจ้าเมื่อเราต้อนรับเอาพระเยซูคริสต์ (2 โครินธ์ 1:22)

หลังจากองค์พระผู้เป็นเจ้าผู้คืนพระชนม์เสด็จขึ้นสู่สวรรค์แล้วสาวกของพระองค์และผู้คนที่เชื่อในองค์พระผู้เป็นเจ้าได้ประชุมร่วมกันและอธิษฐานทุกวัน จากนั้นวันหนึ่งมีเสียงดังมาจากฟ้าเหมือนเสียงพายุกล้า มีเปลวไฟสัณฐานเหมือนลิ้นปรากฏแก่เขาและกระจายอยู่บนเขาสิ้นทุกคน คนเหล่านั้นเต็มล้นด้วยพระวิญญาณบริสุทธิ์ และเขาเริ่มพูดภาษาต่าง ๆ (กิจการ 2:2-4) เมื่อพระวิญญาณบริสุทธิ์เสด็จเข้ามาในจิตใจของเราเราก็มีกำลังที่จะดำเนินชีวิต

ตามพระคำของพระเจ้า สัมผัสกับความรักของพระองค์ และประกาศพระกิตติคุณอย่างกล้าหาญ พระวิญญาณบริสุทธิ์ทรงทำหน้าที่อะไรบ้าง

ประการแรก พระองค์ทรงช่วยให้เราส่องแสงสว่างแห่งความจริงออกไป

เมื่อเราเปิดเครื่องปั่นไฟ กระแสไฟฟ้าก็จะถูกผลิตขึ้น เมื่อกระแสไฟฟ้าถูกส่งไปยังหลอดไฟ หลอดไฟนั้นก็จะทำให้ห้องของเราสว่างเจิดจ้า เช่นเดียวกัน เมื่อพระวิญญาณบริสุทธิ์เสด็จเข้ามาในจิตใจของเราและทำงานอยู่ในเรา ความบาปและความเท็จก็จะถูกขับออกไปและความจริง (อย่างเช่น ความรัก ความชื่นชมยินดี และการขอบพระคุณ) ก็จะสาดส่องเข้ามา

อย่างไรก็ตาม การมีเพียงเครื่องปั่นไฟจะไม่ทำให้เกิดการผลิตกระแสไฟฟ้าและแสงสว่าง แต่เราต้องเปิดเครื่องปั่นไฟนั้น พระเจ้าทรงประทานพระวิญญาณบริสุทธิ์ให้กับเราซึ่งทำหน้าที่เป็นเครื่องปั่นไฟ แต่ขึ้นอยู่กับเราว่าจะยอมให้เครื่องปั่นไฟนั้นทำหน้าที่ของตนหรือไม่ เครื่องปั่นไฟที่มีชื่อว่า "พระวิญญาณบริสุทธิ์" กำลังทำงานเมื่อเราดำเนินชีวิตด้วยพระคำของพระเจ้าและเต็มล้นด้วยพระวิญญาณ จากนั้นเราก็สามารถทำให้สิ่งต่าง ๆ ที่อยู่รอบข้างเราสว่างเจิดจ้า

ประการที่สอง พระองค์ทรงเสริมกำลังเราให้มีชัยชนะต่อโลก

วัฒนธรรมฝ่ายโลกกำลังเปรอะเปื้อนไปด้วยความบาปและความชั่วมากขึ้นทุกวัน ถ้าเรารับเอาสิ่งของฝ่ายโลก พระวิญญาณบริสุทธิ์จะทรงเตือนเราผ่านทางพระคำของพระเจ้าและทรงช่วยให้เราหยั่งรู้ความจริง ดังนั้นแม้เราเคยรับเอาสิ่งของฝ่ายโลกเข้ามา เร

าก็สามารถหันหลังกลับจากสิ่งเหล่านั้นด้วยการสัมผัสถึงการครํ่าค
รวญของพระองค์ พระองค์ทรงประทานกำลังให้เราอธิษฐานเพื่อเ
ราจะสามารถกำจัดการติดยึดกับโลกทิ้งไป พระองค์ทรงช่วยให้เร
าลิ้มรสความชื่นชมยินดีของการดำเนินชีวิตในพระองค์เมื่อเราอธิ
ษฐานด้วยใจร้อนรน ด้วยการทำเช่นนั้น พระองค์ทรงช่วยให้เรารั
กพระเจ้ามากยิ่งขึ้นและพระองค์ทรงเล้าโลมและหนุนใจบุตรของ
พระองค์ผู้ซึ่งพยายามอย่างหนักที่จะกำจัดการติดยึดกับโลกทิ้งไป

ประการที่สาม พระองค์ทรงช่วยให้เราดำเนินชีวิตที่ครบบ
ริบูรณ์

เมื่อเราดำเนินชีวิตตามพระคำของพระเจ้าด้วยความช่วยเหลือ
ของพระวิญญาณบริสุทธิ์ ความชื่นชมยินดีและสันติสุขก็จะเข้ามา
ในจิตใจของเราและเราสามารถชื่นชมกับพระพรอย่างบริบูรณ์อ
ย่างในเรื่องการเงินและสุขภาพ เมื่อวิญญาณจิตของเราจำเริญขึ้น
เราก็จะจำเริญสุขทุกประการและเราจะมีพลานามัยสมบูรณ์ ดังนั้
นเราจึงสามารถชื่นชมกับความพึงพอใจที่แท้จริงทั้งในฝ่ายวิญญา
ณและฝ่ายร่างกายด้วยความช่วยเหลือของพระวิญญาณบริสุทธิ์ มั
คนายกสเทเฟนสำแดงหมายสำคัญและการอัศจรรย์อย่างยิ่งใหญ่ใ
นขณะที่ท่านเต็มล้นด้วยพระคุณและฤทธิ์อำนาจ ไม่มีใครสามาร
ถขัดขวางท่านเพราะท่านกล่าวในความไพบูลย์แห่งสติปัญญาแล
ะพระวิญญาณบริสุทธิ์ ในทำนองเดียวกัน ผู้คนที่เต็มล้นด้วยพระวิ
ญญาณก็สามารถสำแดงการอัศจรรย์และหมายสำคัญและชีวิตขอ
งคนเหล่านี้จะเต็มไปด้วยความรักและพระคุณ คนเหล่านี้จะดำเนิ
นชีวิตที่ครบบริบูรณ์อย่างต่อเนื่องเพราะพระพรของพระเจ้าเปี่ยม
ล้นอยู่ในเขา

เคล็ดลับที่ซ่อนอยู่ในการถูกสร้างใหม่

พระเยซูทรงเริ่มต้นพันธกิจของพระองค์ด้วยการสำแดงหมายสำคัญแรกซึ่งเป็นหมายสำคัญของการเปลี่ยนน้ำเป็นน้ำองุ่น ต่อมาพระองค์ทรงรักผู้ป่วยและทรงประกาศพระกิตติคุณแห่งแผ่นดินสวรรค์ ผู้คนจำนวนมากเชื่อในพระเยซูหลังจากที่เห็นหมายสำคัญเหล่านั้นด้วยตาของตนเอง นิโคเดมัสเป็นผู้นำของคนยิวในสมัยของพระเยซู เขาได้ยินเกี่ยวกับพระองค์และคืนหนึ่งเขาแอบมาหาพระเยซูเงียบ ๆ และบอกกับพระองค์ว่าเขารู้ว่าพระองค์มาจากพระเจ้า นิโคเดมัสรู้ว่าไม่มีใครสามารถทำหมายสำคัญที่พระเยซูได้ทรงกระทำเว้นแต่พระเจ้าทรงสถิตอยู่กับคนนั้น

ในยอห์น 3:3 คือพระดำรัสของพระเยซูซึ่งตรัสสอนนิโคเดมัสว่ามนุษย์จะสามารถเข้าสู่แผ่นดินของพระเจ้าได้ก็ต่อเมื่อเขาบังเกิดใหม่แล้วเท่านั้น นิโคเดมัสมีจิตใจดีงาม แต่เขาไม่เข้าใจคำสอนนั้นและสงสัยว่ามนุษย์จะเกิดใหม่ได้อย่างไร พระเยซูทรงอธิบายกับเขาเกี่ยวกับการบังเกิดใหม่จากน้ำและพระวิญญาณ

การที่มนุษย์บังเกิดจากน้ำหมายถึงอะไร

คำว่า "น้ำ" ในที่นี้หมายถึงน้ำแห่งชีวิตนิรันดร์ ซึ่งได้แก่ความจริงและพระคำของพระเจ้า สิ่งนี้ยังหมายถึงพระเยซูผู้เสด็จเข้ามาในโลกนี้ในฐานะพระวาทะที่บังเกิดเป็นมนุษย์เช่นกัน ยอห์น 4:14 กล่าวว่า "แต่ผู้ใดที่ดื่มน้ำซึ่งเราจะให้แก่เขานั้นจะไม่กระหายอีกเลย แต่น้ำซึ่งเราจะให้เขานั้นจะบังเกิดเป็นบ่อน้ำพุในตัวเขาพลุ่งขึ้นถึงชีวิตนิรันดร์" ด้วยเหตุนี้ การเกิดจากน้ำคือการต้อนรับเอาพระเยซูคริสต์ รับการยกโทษความผิดบาปด้วยความเชื่อ และการบังเกิดใหม่ในฐานะบุตรของพระเจ้า

การที่มนุษย์บังเกิดจากพระวิญญาณหมายถึงอะไร
หลังจากอาดัมมนุษย์คนแรกได้ทำบาป มนุษย์ทุกคนจึงตายฝ่ายวิญญาณและเขาไม่สามารถสื่อสารกับพระเจ้าได้อีกต่อไป แต่เมื่อเราต้อนรับเอาพระเยซูคริสต์และได้รับพระวิญญาณบริสุทธิ์ วิญญาณที่ตายไปแล้วของเราก็จะเป็นขึ้นมาใหม่ จากนั้นชื่อของเราก็ถูกบันทึกไว้ในหนังสือแห่งชีวิตในสวรรค์และเราสามารถเรียกพระเจ้าว่า "อับบา" คือพระบิดา (กาลาเทีย 4:6) นอกจากนั้น พระวิญญาณบริสุทธิ์ทรงช่วยเราให้เข้าใจว่าความบาป ความชอบธรรม และการพิพากษาคืออะไรผ่านทางพระคำของพระเจ้าซึ่งเป็นความจริงเพื่อเราจะสามารถกำจัดความบาปทิ้งไป ประพฤติตนในทางชอบธรรม และดำเนินชีวิตในฐานะบุตรของพระเจ้า

หลังจากเราหว่านเมล็ดพืชลงไปเราต้องเอาใจใส่ดูแลพืชที่เราปลูกจนกว่าพืชเหล่านั้นจะออกผล ในทำนองเดียวกัน เราต้องช่วยให้วิญญาณจิตของเราเติบโตขึ้นด้วยความช่วยเหลือของพระวิญญาณบริสุทธิ์เมื่อวิญญาณที่ตายไปแล้วของเราเป็นขึ้นมาใหม่ เรา

ต้องเปลี่ยนจิตใจของเราให้เป็นจิตใจแห่งความจริงด้วยการทำตามความปรารถนาของพระวิญญาณและการประพฤติตามพระคำของพระเจ้า นี่คือขั้นตอนของการที่พระวิญญาณทรงให้กำเนิดกับวิญญาณจิตของเรา ในขั้นตอนนี้การอธิษฐานเป็นสิ่งที่จำเป็นมาก

ยิ่งเราอธิษฐานร้อนรนและเอาจริงเอาจังมากขึ้นเท่าใด เราก็จะได้รับพระคุณของพระเจ้าและความช่วยเหลือของพระวิญญาณบริสุทธิ์และดำเนินชีวิตตามความจริงได้มากยิ่งขึ้นเท่านั้น จากนั้นยิ่งเราเพาะบ่มจิตใจสัตย์จริงไว้มากขึ้นเท่าใด วิญญาณจิตของเราก็สามารถเติบโตได้มากยิ่งขึ้นเท่านั้นและเราสามารถเข้าไปสู่ที่อยู่อาศัยที่ดีกว่าในสวรรค์ ผมหวังว่าท่านจะรู้จักความลี้ลับอันอัศจรรย์ในการบังเกิดใหม่และท่านจะบังเกิดใหม่ในฐานะบุตรของพระเจ้า ยิ่งกว่านั้น ผมหวังว่าท่านจะเข้ามาใกล้พระที่นั่งของพระเจ้ามากยิ่งขึ้นด้วยการเป็นบุคคลฝ่ายวิญญาณผู้บริสุทธิ์

เพื่อให้มีชีวิตนิรันดร์

ทุกคนปรารถนาที่จะมีชีวิตที่เป็นสุขและมีสุขภาพแข็งแรง แม้บางคนจะมีสุขภาพแข็งแรงมาก แต่มีเพียงไม่กี่คนที่มีชีวิตอยู่ได้มากกว่า 100 ปี จากนั้นเขาก็กลับไปเป็นผงคลีดิน ในประวัติศาสตร์ของจีน จิ๋นซีฮ่องเต้ต้องการที่จะรวบรวมเอาพืชที่เป็นยาอายุวัฒนะเอาไว้เพื่อจะมีชีวิตยั่งยืนตลอดไป แต่สุดท้ายเขาก็ไม่มีทางเลือกอื่นนอกจากความตาย

อย่างไรก็ตาม พระเยซูทรงแนะนำหนทางแห่งชีวิตนิรันดร์ ยอห์น 6:53-55 กล่าวว่า "พระเยซูจึงตรัสกับเขาว่า 'เราบอกความจริงแก่ท่านทั้งหลายว่า ถ้าท่านไม่กินเนื้อและดื่มโลหิตของบุตรมนุษย์ ท่านก็ไม่มีชีวิตในตัวท่าน ผู้ที่กินเนื้อและดื่มโลหิตของเราก็มีชีวิตนิรันดร์ และเราจะให้ผู้นั้นฟื้นขึ้นมาในวันสุดท้าย เพราะว่าเนื้อของเราเป็นอาหารแท้และโลหิตของเราก็เป็นของดื่มแท้'" สิ่งนี้หมายความว่าเราต้องกินเนื้อของบุตรมนุษย์และดื่มโลหิตของพระองค์เพื่อเราจะมีชีวิตนิรันดร์

อะไรคือเนื้อของบุตรมนุษย์และเราจะกินเนื้อนี้ได้อย่าง

ไร

ยอห์น 1:1 กล่าวว่า "ในเริ่มแรกนั้นพระวาทะทรงเป็นอยู่แล้ว และพระวาทะทรงอยู่กับพระเจ้า และพระวาทะทรงเป็นพระเจ้า" และยอห์น 1:14 กล่าวว่า "พระวาทะได้ทรงสภาพของเนื้อหนัง และทรงอยู่ท่ามกลางเรา" พระเยซูทรงเป็นพระวาทะที่เสด็จเข้ามาใน โลกในสภาพของเนื้อหนัง ดังนั้นเนื้อของพระเยซูจึงหมายถึงพระคำ ของพระเจ้า ด้วยเหตุนี้ การกินเนื้อของพระเยซูจึงหมายถึงการทำให้ คำของพระเจ้าเป็นอาหารสำหรับจิตใจของเรา

เพื่อทำให้พระคำของพระเจ้าเป็นอาหารฝ่ายวิญญาณของเราเรา ต้องอ่านพระคัมภีร์อย่างพากเพียรและฟังคำเทศนาในระหว่างการ นมัสการอย่างตั้งใจเหมือนที่บันทึกไว้ในสดุดี 1:2 เราไม่สามารถพูดว่ าเราทำให้พระคำเป็นอาหารของเราเมื่อเรามีพระคำไว้เป็นเพียงควา มรู้เท่านั้น การทำให้พระคำเป็นอาหารสำหรับเราหมายถึงการเปลี่ ยนจิตใจของเราด้วยพระคำของพระเจ้าและเติมจิตใจของเราด้วยสิ่งที่ เป็นความจริง เช่น ความดีและความรัก เป็นต้น

โลหิตของบุตรมนุษย์คืออะไรและเราจะดื่มโลหิตนี้ได้อย่า งไร

ในขณะที่เรารับประทานอาหารเราต้องดื่มบางสิ่งบางอย่างเข้ าไป เช่นเดียวกัน เพื่อจะกินพระคำของพระเจ้าและย่อยพระคำ นั้น เราต้องดื่มเครื่องดื่มที่แท้จริงซึ่งได้แก่โลหิตของพระเยซู การ ดื่มโลหิตของพระเยซูหมายถึงการประพฤติตามพระคำของพระเ จ้าด้วยความเชื่อ พระโลหิตของพระองค์เป็นโลหิตประเสริฐที่ปร าศจากตำหนิและจุดด่างพร้อย เลวีนิติ 17:14 กล่าวว่า "เพราะว่า ชีวิตของเนื้อหนังทั้งปวงอยู่ในเลือด เลือดของสิ่งใดก็คือชีวิตของ

สิ่งนั้นเอง" ฮีบรู 9:22 กล่าวว่า "…และถ้าไม่มีโลหิตไหลออกแล้ว ก็จะไม่มีการอภัยบาปเลย" ด้วยเหตุนี้ พระเยซูจึงทรงหลั่งพระโลหิตประเสริฐของพระองค์เพื่อไถ่เราให้พ้นจากความผิดบาปของเรา

แต่ไม่ใช่ทุกคนได้รับการยกโทษความผิดบาปแม้ว่าพระเยซูได้ทรงไถ่มนุษย์ให้พ้นจากบาปก็ตาม เหตุผลปรากฏอยู่ใน 1 ยอห์น 1:7 ที่กล่าวว่า "แต่ถ้าเราดำเนินอยู่ในความสว่าง เหมือนอย่างพระองค์ทรงสถิตในความสว่าง เราก็ร่วมสามัคคีธรรมซึ่งกันและกัน และพระโลหิตของพระเยซูคริสต์พระบุตรของพระองค์ ก็ชำระเราทั้งหลายให้ปราศจากบาปทั้งสิ้น" ฤทธิ์อำนาจแห่งพระโลหิตประเสริฐของพระเยซูที่ช่วยให้เราได้รับการยกโทษบาปจะปรากฏอยู่ในผู้คนที่เดินอยู่ในความสว่าง คำว่า "ความสว่าง" ในข้อนี้หมายถึงพระคำของพระเจ้า ดังนั้นการเดินในความสว่างจึงหมายถึงการประพฤติตามพระคำ ฉะนั้นเมื่อเรากินเนื้อของพระเยซูและดื่มโลหิตของพระองค์ กล่าวคือ เมื่อเราฟังพระคำของพระเจ้าอย่างตั้งใจ ทำให้พระคำนั้นเป็นอาหารแห่งจิตใจของเรา และประพฤติตามด้วยความเชื่อ เราก็สามารถมีชีวิตนิรันดร์และไปสวรรค์

ความเชื่อฝ่ายวิญญาณที่ตามมาด้วยการประพฤติ

อับราฮัมบิดาแห่งความเชื่ออาศัยอยู่ในเมืองเออร์ของคนเคลเดีย ผู้คนในเมืองนั้นกราบไหว้รูปเคารพอย่างแพร่หลาย พระเจ้าทรงบอกให้อับราฮัมออกจากสถานที่แห่งนั้นและทรงมอบถ้อยคำแห่งพระสัญญาให้กับท่าน พระองค์ทรงสัญญาที่จะทำให้พงศ์พันธุ์ของท่านทวีจำนวนขึ้นอย่างมาก และพระองค์ตรัสว่าบรรดาครอบครัวทั่วแผ่นดินโลกจะได้รับพระพรเพราะท่าน (ปฐมกาล 12:1-3)

เนื่องจากอับราฮัมเชื่อพระเจ้าท่านจึงเตือนตนเองให้ระลึกถึงพระสัญญาของพระเจ้าด้วยการมองดูดวงดาวจำนวนนับไม่ถ้วนในเวลากลางคืนและจำนวนผลของต้นโอ๊ก ท่านสร้างแท่นบูชาในทุกที่ทุกแห่งที่ท่านไป เมื่อเวลาที่กำหนดไว้ของท่านมาถึงพระเจ้าทรงตั้งยาโคบ หลานชายของอับราฮัม ให้เป็นต้นตระกูลของอิสราเอลและวางรากฐานสำหรับประเทศผ่านทางบุตรชายสิบสองคนของยาโคบ พระเจ้าทรงส่งพระเยซูเข้ามาในโลกนี้ผ่านทางเชื้อสายของยูดาห์ในท่ามกลางคนสิบสองเผ่าเช่นกันและทรงเปิดหนทางแห่งความรอดให้กับทุกคน ในลักษณะนี้ ความเชื่อที่แท้จริงคือ "ความแน่ใจในสิ่งที่เราหวังไว้ เป็นหลักฐานมั่นใจว่าสิ่งที่ยังไม่ได้เห็นนั้นมีจริง" (ฮีบรู 11:1)

ความเชื่อมีอยู่สองชนิด ได้แก่ ความเชื่อฝ่ายเนื้อหนังและความเชื่อฝ่ายวิญญาณ

ความเชื่อฝ่ายเนื้อหนังคือการเชื่อว่าสิ่งต่าง ๆ ถูกสร้างขึ้นจากสิ่งที่มีอยู่ก่อนแล้วเท่านั้น ด้วยความเชื่อนี้ผู้คนเชื่อในข้อเท็จจริงทางด้านวิทยาศาสตร์และทางด้านเหตุและผล เช่น "โต๊ะตัวหนึ่งถูกสร้างขึ้นจากไม้ที่มาจากต้นไม้" เขาจะเชื่อพระคำของพระเจ้าก็ต่อเมื่อพระคำนั้นสอดคล้องกับความคิดและความรู้ของเขา ดังนั้นเขาไม่ได้ประพฤติตามพระคำอย่างครบถ้วน (ยากอบ 2:26)

ในขณะเดียวกัน ถ้าท่านมีความเชื่อฝ่ายวิญญาณ แม้ว่าพระคำจะไม่เป็นที่ประจักษ์แก่ท่านและไม่สอดคล้องกับความคิดของท่าน แต่ท่านก็ยังสามารถเชื่อ ด้วยฤทธิ์อำนาจของพระเจ้าทะเลแดงถูกแยกออกจากกัน ดวงอาทิตย์และดวงจันทร์หยุดหมุน และคนตายเป็นขึ้นมา ท่านเชื่อการงานเหล่านี้โดยปราศจากข้อสงสัย ความเชื่อเช่นนี้คือการเชื่อว่าสิ่งต่าง ๆ สามารถถูกสร้างขึ้นจากความว่างเปล่า นี่คือความเชื่อที่มีชีวิตซึ่งตามมาด้วยการประพฤติ

เราสามารถรับพระพรในโลกนี้และชื่นชมกับชีวิตนิรันดร์และพระพรนิรันดร์ได้ก็ต่อเมื่อเรามีความเชื่อฝ่ายวิญญาณแล้วเท่านั้น เหมือนที่กล่าวไว้ในมัทธิว 7:21 ว่า "มิใช่ทุกคนที่ร้องแก่เราว่า 'พระองค์เจ้าข้า พระองค์เจ้าข้า' จะได้เข้าในอาณาจักรแห่งสวรรค์ แต่ผู้ที่ปฏิบัติตามพระทัยพระบิดาของเราผู้ทรงสถิตในสวรรค์จึงจะเข้าได้" เราสามารถมีประสบการณ์กับฤทธิ์อำนาจของพระเจ้าและไปสวรรค์ได้ด้วยความเชื่อที่มีชีวิตที่ตามมาด้วยการประพฤติเท่านั้น

อุปสรรคที่ขวางกั้นเราจากการมีความเชื่อฝ่ายวิญญาณ

ความเชื่อฝ่ายวิญญาณขุมทรัพย์แห่งขุมทรัพย์ทั้งหลาย เมื่อท่านมีความเชื่อแบบนี้ท่านสามารถไปสวรรค์และได้รับคำตอบในทุกสิ่งที่ท่านอธิษฐานทูลขอ แต่ท่านไม่สามารถมีความเชื่อฝ่ายวิญญาณเพียงเพราะท่านต้องการความเชื่อนี้ ท่านสามารถมีขนาดความเชื่อได้มากตามที่พระเจ้าทรงโปรดประทานให้กับท่านเหมือนที่บันทึกไว้ในโรม 12:3 ถ้าผู้คนสามารถมีความเชื่อฝ่ายวิญญาณได้ตามที่เขาพอใจ เขาคงก่อให้เกิดปัญหาอีกมากมาย ถ้าบางคนมีความเชื่อฝ่ายวิญญาณแต่เขาอธิษฐานออกมาจากความชั่วร้าย ความชั่วร้ายคงสำเร็จเป็นจริงตามสิ่งที่เขาได้อธิษฐานเผื่อไว้ ด้วยเหตุนี้ พระเจ้าแห่งความยุติธรรมจึงโปรดประทานความเชื่อฝ่ายวิญญาณให้กับคนที่มีคุณสมบัติถูกต้องเท่านั้นซึ่งความเชื่อนี้ทำให้เขาได้รับคำตอบ แต่มีเหตุผลมากมายที่ทำให้ผู้คนไม่มีความเชื่อฝ่ายวิญญาณแม้เขาเชื่อในพระเจ้ามาเป็นเวลานานก็ตาม

ประการแรกเป็นเพราะความคิดฝ่ายเนื้อหนัง
ผู้คนมีความคิดมากมายในแต่ละช่วงเวลา ในท่ามกลางความคิ

ดเหล่านั้นเขามีความคิดฝ่ายวิญญาณที่พระเจ้าทรงต้องการ แต่เขาก็มีความคิดฝ่ายเนื้อหนังด้วยเช่นกัน ความคิดฝ่ายเนื้อหนังเป็นความคิดที่ต่อสู้กับความจริงและความคิดเหล่านี้นำไปสู่ความตายในที่สุดเพราะความคิดแบบนี้ไม่สอดคล้องกับน้ำพระทัยของพระเจ้า (โรม 6:23)

โรม 8:6-7 กล่าวว่า “ด้วยว่าซึ่งปักใจอยู่กับเนื้อหนังก็คือความตาย และซึ่งปักใจอยู่กับพระวิญญาณก็คือชีวิตและสันติสุข เหตุว่าใจซึ่งปักอยู่กับเนื้อหนังนั้นก็เป็นศัตรูต่อพระเจ้า” ความคิดฝ่ายวิญญาณนำไปสู่ชีวิตนิรันดร์และสันติสุขเพราะความคิดแบบนี้เป็นไปตามน้ำพระทัยของพระเจ้า

ประการที่สองเป็นเพราะการงาน/การประพฤติของเนื้อหนัง

การงานของเนื้อหนังคือการกระทำที่สำแดงออกมาภายนอกซึ่งเกิดจากความเท็จรูปแบบต่าง ๆ ในจิตใจ การงานของเนื้อหนังหมายถึงความบาปที่สำแดงออกมาเป็นการกระทำแบบต่าง ๆ โดยเริ่มจากการกระทำเล็ก ๆ น้อย ๆ อย่างเช่น การพูดโกหก การพูดหยาบคาย และการโต้เถียงไปจนถึงความทารุณและการฆ่าคน กาลาเทีย 5:19-21 กล่าวว่า “แล้วการงานของเนื้อหนังนั้นเห็นได้ชัด คือการเล่นชู้ การล่วงประเวณี การโสโครก การลามก การนับถือรูปเคารพ การนับถือพ่อมดหมอผี การเป็นศัตรูกัน การวิวาทกัน การอิจฉาริษยากัน การโกรธกัน การทุ่มเถียงกัน การใฝ่สูง การแตกก๊กกัน การอิจฉากัน การฆาตกรรม การเมาเหล้า การเล่นเป็นพาลเกเร และการอื่นๆในทำนองนี้อีกเหมือนที่ข้าพเจ้าได้เตือนท่านมาก่อน บัดนี้ข้าพเจ้าขอเตือนท่านแ

หมือนกับที่เคยเตือนมาแล้วว่า คนที่ประพฤติเช่นนั้นจะไม่ได้รับอาณาจักรของพระเจ้าเป็นมรดก" เราสามารถมีความเชื่อฝ่ายวิญญาณเมื่อเรากำจัดการงานของเนื้อหนังทั้งที่ดูเหมือนเล็กน้อยและการงานของเนื้อหนังที่เห็นได้ชัดเจนทิ้งไป

ประการที่สามเป็นเพราะทฤษฎีและความคิดต่าง ๆ ที่ขัดแย้งกับพระคำของพระเจ้า

เนื่องจากทฤษฎีฝ่ายโลกที่อ้างว่าสิ่งซึ่งดำรงอยู่ต้องถูกสร้างจากบางสิ่งบางอย่างที่ดำรงอยู่ก่อนแล้ว ทฤษฎีนี้จึงขัดขวางไม่ให้ผู้คนมีความเชื่อฝ่ายวิญญาณที่เชื่อว่าบางสิ่งบางอย่างสามารถถูกสร้างขึ้นจากความว่างเปล่า ยกตัวอย่าง การมีความเชื่อฝ่ายวิญญาณคือการเชื่อว่าพระเจ้าทรงทำให้ฟ้าสวรรค์และแผ่นดินโลกและสิ่งสารพัดที่อยู่ที่เหล่านั้นเกิดขึ้นจากความว่างเปล่าและเชื่อในเรื่องนี้โดยไม่มีข้อสงสัย แต่ผู้คนที่เรียนทฤษฎีวิวัฒนาการจะมีความเชื่อฝ่ายวิญญาณได้ยากเนื่องจากสิ่งที่เขาได้เรียนไว้เป็นความรู้ ดังนั้นเพื่อให้มีความเชื่อฝ่ายวิญญาณเราต้องทำลายความคิดคาดเดาและทิฐิมานะทุกประการที่ตั้งตัวขึ้นขัดขวางความรู้ของพระเจ้าและเราต้องน้อมนำความคิดทุกประการให้เข้าอยู่ใต้บังคับจนถึงเชื่อฟังพระคริสต์ (2 โครินธ์ 10:5)

ลักษณะของเจ้าสาวที่องค์พระผู้เป็นเจ้าทรงต้องการ

ในหนังสือเอสเธอร์บทที่ 2 ในพระคัมภีร์เดิมมีการบรรยายถึงขั้นตอนของการคัดเลือกราชินีของกษัตริย์อาหสุเอรัส หญิงพรหมจารีสาวสวยทุกคนจากทุกมณฑลในแผ่นดินของพระองค์ถูกรวบรวมไว้และเขาใช้เวลาสิบสองเดือนในการตกแต่งหญิงพรหมจารีเหล่านั้นให้พร้อม จากนั้นกษัตริย์ทรงคัดเลือกเจ้าสาวที่ดีเลิศที่สุดไว้สำหรับพระองค์เอง

เอสเธอร์ 2:12 บันทึกไว้ว่า "เมื่อถึงเวรที่สาวๆทุกคนจะเข้าไปเฝ้ากษัตริย์อาหสุเอรัส หลังจากได้เตรียมตัวตามระเบียบของหญิงสิบสองเดือนแล้ว (และนี่เป็นเวลาปกติสำหรับประเทืองผิว คือชโลมกายหญิงด้วยน้ำมันกำยานหกเดือน และหกเดือนด้วยเครื่องเทศและน้ำมันประเทืองผิวผู้หญิง)"

ผู้สมัครเป็นราชินีสำหรับกษัตริย์บนโลกนี้ทุ่มเทอย่างเต็มที่เพื่อจะตกแต่งตนเอง ถ้าเช่นนั้นเจ้าสาวขององค์พระผู้เป็นเจ้าต้องตกแต่งตนเองให้มากยิ่งกว่านั้นสักเท่าใด พระคัมภีร์เปรียบพระเยซูคริสต์เป็นเหมือนเจ้าบ่าวและเปรียบผู้เชื่อเป็นเหมือนเจ้าสาวของพระองค์ ขอให้เราสำรวจดูว่าเราจะมีคุณสมบัติพร้อมสำหรับการเป็

นเจ้าสาวที่องค์พระผู้เป็นเจ้าทรงต้องการได้อย่างไร

ประการแรก เราต้องมีความเชื่อที่มั่นคง

เจ้าบ่าวและเจ้าสาวของเขาคงไม่มีความสุขอย่างแน่นอน ไม่ว่าเจ้าสาวจะงดงามเพียงใดก็ตาม ถ้าเจ้าสาวไม่เชื่อในตัวเจ้าบ่าวอย่างสมบูรณ์และไม่สามารถแบ่งปันหัวใจของเธอกับเขาได้เช่นเดียวกัน เมื่อเจ้าสาวขององค์พระผู้เป็นเจ้าเปลี่ยนจิตใจของตนอย่างง่ายดายและโยกไปทางซ้ายและย้ายไปทางขวาอยู่ตลอดเวลา เธอก็ไม่อาจเป็นความชื่นบานให้กับองค์พระผู้เป็นเจ้าได้ เราจะสามารถเป็นเจ้าสาวผู้งดงามที่องค์พระผู้เป็นเจ้าทรงต้องการได้ก็ต่อเมื่อเราประพฤติตามพระคำของพระเจ้าและมีความเชื่อที่ไม่หวั่นไหวในทุกสถานการณ์หรือในความยากลำบากทุกรูปแบบ

ประการที่สอง เราต้องมีจิตใจที่สะอาดบริสุทธิ์

เราจะเป็นเจ้าสาวขององค์พระผู้เป็นเจ้าผู้บริสุทธิ์เมื่อเราชำระล้างความบาปอันโสมมและความอธรรมซึ่งเติมเต็มจิตใจของเราออกไปด้วยน้ำบริสุทธิ์อันได้แก่พระคำของพระเจ้า คนที่ชอบทะเลาะเบาะแว้งและมีอารมณ์วู่วามควรกำจัดการมีอารมณ์วู่วามของตนทิ้งไปและเปลี่ยนเป็นบุคคลแห่งความสุภาพอ่อนโยน คนที่เย่อหยิ่งจองหองควรเปลี่ยนเป็นคนที่ถ่อมตนซึ่งรับใช้คนอื่น กล่าวคือ เราต้องมีจิตใจที่อ่อนสุภาพและงดงามเพื่อไม่ให้มีผู้ใดเกิดความรู้สึกขุ่นเคืองกับเรา ผู้คนที่มีจิตใจสะอาดบริสุทธิ์จะทำให้ตนเองและสภาพแวดล้อมของตนสะอาดบริสุทธิ์โดยธรรมชาติ

ประการที่สาม เราต้องเตรียมน้ำมันแห่งการตื่นตัวอยู่ตลอดเวลาของเราเอาไว้

คำว่า "น้ำมัน" ในที่นี้หมายถึงการอธิษฐานและการเต็มล้นด้วยพระวิญญาณบริสุทธิ์ การเตรียมน้ำมันไว้ให้พร้อมคือการตื่นตัวจากการหลับใหลฝ่ายวิญญาณ การอธิษฐาน การละทิ้งความบาป และการเต็มล้นด้วยพระวิญญาณ

แม้เราจะมีตะเกียง แต่ถ้าเราไม่มีน้ำมันเราก็ไม่สามารถส่องสว่างในความมืดได้ เช่นเดียวกัน ถ้าคนที่ต้อนรับเอาองค์พระผู้เป็นเจ้าไม่อธิษฐาน เขาก็ไม่สามารถตกแต่งตนเองให้พร้อมที่จะเป็นเจ้าสาวขององค์พระผู้เป็นเจ้า เขาไม่ได้รับกำลังที่จะดำเนินชีวิตในพระคำ แต่เขาจะเป็นมิตรกับโลกเพราะเขาไม่ได้เต็มล้นด้วยพระวิญญาณ จะเกิดอะไรขึ้นถ้าองค์พระผู้เป็นเจ้าทรงเรียกเขาไปอย่างฉับพลัน เขาไม่สามารถพูดว่า "ผมยังไม่พร้อมให้รออีกแป๊บหนึ่ง" (มัทธิว 25:1-13) ด้วยเหตุนี้ เราต้องอธิษฐานอย่างร้อนรนอยู่เสมอและเต็มล้นด้วยพระวิญญาณบริสุทธิ์อยู่ตลอดเวลา

ตอนที่ 2

จงขอ จงหา และจงเคาะ

เพือให้ได้พบพระเจ้า|การนมัสการทีพระเจ้าทรงยอมรับ|คำสรรเสริญทีพระเจ้าพอพระทัย|พระเยซูทรงเป็นแบบอย่างทีดีแก่เราในเรืองการอธิษฐาน|จงขอ จงหา และจงเคาะ|คำอธิษฐานแห่งความเชือ คำอธิษฐานแห่งความรัก และคำอธิษฐานของคนชอบธรรม|จงแสวงหาแผ่นดินของพระเจ้าและความชอบธรรมของพระองค์|ไม่มีสิงใดเป็นไปไม่ได้สำหรับท่านผู้นี|การอธิษฐานทีเห็นพ้องกับพระวิญญาณบริสุทธิ์|การอดอาหารและการอธิษฐานทีพระเจ้าทรงปีติยินดี|จิตใจทีไม่แปรเปลียนซึงทำตามคำปฏิญาณ |ชีวิตของการเดินไปกับพระเจ้า

"จงขอแล้วจะได้ จงหาแล้วจะพบ
จงเคาะแล้วจะเปิดให้แก่ท่าน"
(มัทธิว 7:7)

เพื่อให้ได้พบพระเจ้า

ลมเป็นสิ่งที่มองไม่เห็น แต่เรารู้ว่าลมมีอยู่จริงเพราะเราสามารถสัมผัสกับลมได้ด้วยผิวหนังของเราและเห็นสิ่งต่าง ๆ ที่ถูกขับเคลื่อนด้วยลม เช่นเดียวกัน เราสามารถรู้ว่าพระเจ้าทรงพระชนม์อยู่ด้วยการเห็นธรรมชาติของพระองค์ผ่านสิ่งที่ถูกสร้างขึ้นและการเห็นหลักฐานต่าง ๆ ที่แสดงว่าพระองค์ทรงพระชนม์อยู่ พระเจ้าทรงเป็นวิญญาณ ดังนั้นเราจึงไม่สามารถมองเห็นพระองค์ด้วยตาเปล่า แต่พระองค์ทรงสอนเราให้รู้จักวิธีที่จะพบกับพระองค์ สุภาษิต 8:17 กล่าวว่า "เรารักบรรดาผู้ที่รักเรา และบรรดาผู้ที่แสวงหาเราอย่างขยันขันแข็งก็พบเรา" ถ้าเช่นนั้นเราจะพบพระเจ้าผู้ทรงพระชนม์อยู่ได้อย่างไร

ประการแรก เราสามารถพบพระองค์ในหนังสือ 66 เล่มของพระคัมภีร์
พระเจ้าทรงเปิดเผยพระองค์เองผ่านทางพระคัมภีร์เพื่อเราจะสามารถรู้จักน้ำพระทัยและพระทัยของพระองค์เมื่อเราอ่านและเข้

าใจพระคัมภีร์ นอกจากนั้น โรม 10:17 กล่าวว่า "ฉะนั้นความเชื่อเกิดขึ้นได้ก็เพราะการได้ยิน และการได้ยินเกิดขึ้นได้ก็เพราะการประกาศพระวจนะของพระเจ้า" ดังนั้นเราจึงควรไปยังคริสตจักรที่มีการเทศนาพระคำของพระเจ้า ด้วยการฟังพระคำของพระเจ้าอย่างขยันหมั่นเพียร การอ่านพระคัมภีร์ และการรู้จักความหมายฝ่ายวิญญาณด้วยการดลใจของพระวิญญาณบริสุทธิ์เราก็สามารถเรียนรู้จักพระทัยของพระเจ้า ใกล้ชิดกับพระองค์ และพบพระองค์

ประการที่สอง เราสามารถพบพระองค์ในการอธิษฐาน
เยเรมีห์ 29:12-13 กล่าวว่า "แล้วเจ้าจะทูลขอต่อเรา และมาอธิษฐานต่อเรา และเราจะฟังเจ้า เจ้าจะแสวงหาเราและพบเราเมื่อเจ้าแสวงหาเราด้วยสิ้นสุดใจของเจ้า" เมื่อเราคุกเข่าลงและร้องทูลในการอธิษฐานอย่างร้อนรนด้วยความยำเกรงพระเจ้า เราก็จะพบกับพระเจ้าผู้ทรงพระชนม์อยู่ เหล่าบิดาแห่งความเชื่อของเรา (อย่างเช่น โมเสส เอลียาห์ และอัครทูตเปาโล) ล้วนมีประสบการณ์กับการทำงานอย่างอัศจรรย์ของพระเจ้าด้วยการร้องทูลพระเจ้าในคำอธิษฐาน

ประการที่สาม เราสามารถพบพระองค์ในการร้องเพลงสรรเสริญ
พระเจ้าทรงยอมรับคำสรรเสริญด้วยความยินดี คำสรรเสริญคือคำอธิษฐานด้วยบทเพลงรูปแบบหนึ่ง นี่เป็นหนทางหนึ่งที่จะพบกับพระเจ้า ด้วยเหตุนี้ ทุกคนที่ถวายคำสรรเสริญอย่างสิ้นสุดใจและสิ้นสุดความคิดของตนก็สามารถพบพระเจ้า โดยคำสรรเสริญ

ความโศกเศร้าของท่านเปลี่ยนเป็นความยินดีและท่านได้รับการเล้าโลม (สดุดี 105:2-3) จิตใจที่แตกสลายของท่านได้รับการเยียวยา (1 ซามูเอล 16:23) และท่านจะได้รับกำลังเพื่อเอาชนะความยากลำบาก (1 เปโตร 1:3-7)

ประการที่สี่ เราสามารถพบพระองค์ในการนมัสการ
ในสมัยพระคัมภีร์เดิมผู้คนสามารถพบกับพระเจ้าผ่านการถวายเครื่องบูชา อับราฮัมสร้างแท่นบูชาและถวายเครื่องบูชาแด่พระเจ้าในทุกที่ทุกแห่งที่ท่านไป และกษัตริย์ซาโลมอนถวายเครื่องเผาบูชาหนึ่งพันตัวแด่พระเจ้า ด้วยการกระทำเช่นนั้น คนเหล่านั้นพบกับพระเจ้าและได้รับพระพรอย่างอัศจรรย์ เครื่องบูชาในสมัยพระคัมภีร์เดิมได้ถูกเปลี่ยนมาเป็นการนมัสการในสมัยพระคัมภีร์ใหม่ ดังนั้นการเข้าร่วมนมัสการจึงเป็นหนทางที่จะมาอยู่ต่อพระพักตร์พระเจ้าและพบกับพระองค์ เมื่อเรานมัสการด้วยจิตวิญญาณและความจริงตามที่บันทึกไว้ในยอห์น 4:24 เราจะเต็มล้นด้วยความหวังเรื่องสวรรค์และความยินดีและเราสามารถพบกับพระเจ้าผู้ทรงเป็นชีวิต

ประการสุดท้าย เราสามารถพบพระองค์เมื่อเราเข้ามาสู่ความดี ความชอบธรรม ความสว่าง และความรัก
พระเจ้าทรงสถิตอยู่ในความดี ความชอบธรรม ความสว่าง และความรัก โครเนลิอัสเป็นคนต่างชาติ แต่ท่านเป็นคนมีศรัทธาและเป็นคนที่ยำเกรงพระเจ้าพร้อมกับครัวเรือนของท่านและท่านให้ทานกับชาวยิวจำนวนมากและอธิษฐานต่อพระเจ้าอย่างต่

อเนือง ผู้คนที่มีความดีเต็มล้นอยู่ในจิตใจของตนก็จะสำแดงความดีนั้นออกมาในคำพูดและการกระทำ พระเจ้าเสด็จมาหาโครเนลิอัสและประทานพระพรให้กับท่านซึ่งทำให้ครัวเรือนของท่าน ญาติพี่น้องของท่าน และแม้กระทั่งเพื่อนฝูงของท่านไปถึงซึ่งความรอด ดังนั้นผมหวังว่าท่านจะพบกับพระเจ้าผู้ทรงพระชนม์อยู่ด้วยการดำรงอยู่ในความจริง

การนมัสการที่พระเจ้าทรงยอมรับ

เหตุผลที่เราควรถวายการนมัสการแด่พระเจ้าก็เพราะพระเจ้าทรงสร้างฟ้าสวรรค์และแผ่นดินโลกและสิ่งสารพัดที่อยู่ในที่เหล่านั้นเพื่อเราและทรงช่วยเราให้พ้นจากบาป-ด้วยการส่งพระเยซูคริสต์มาให้เรา ปฐมกาล 4:3-5 บอกให้เราทราบว่ามีการนมัสการที่พระเจ้าไม่ทรงยอมรับในขณะที่มีการนมัสการที่พระเจ้าทรงยอมรับ

อาแบลเชื่อฟังพระคำของพระเจ้าด้วยการถวายเลือดเป็นเครื่องบูชา ดังนั้นพระเจ้าจึงยอมรับเขาและเครื่องบูชาของเขา แต่คาอินถวายเครื่องบูชาที่สอดคล้องกับความคิดของเขา ดังนั้นพระเจ้าจึงไม่ทรงยอมรับเขาหรือเครื่องบูชาของเขา หลักการเดียวกันนี้นำมาประยุกต์ใช้กับปัจจุบันเช่นกัน พระเจ้าทรงปลื้มปีติในการนมัสการฝ่ายวิญญาณที่นำมาถวายตามน้ำพระทัยของพระเจ้า แต่พระองค์ไม่ทรงยอมรับการนมัสการฝ่ายเนื้อหนังที่นำมาถวายด้วยความคิดล่องลอยโดยไม่มีการอุทิศตนและความชื่นชมยินดี

จากการถวายวัวพันตัวเป็นเครื่องเผาบูชาแด่พระเจ้าด้วยสิ้นสุดใจของตน ซาโลมอนได้รับจิตใจที่หยั่งรู้และความคิดที่

จงขอ จงหา แสวงเคาะ 43

เฉลียวฉลาด เพือไม่ให้มีใครทีอยู่ก่อนหน้าท่านเหมือนท่านหรือเพือไม่ให้มีผู้ใดทีมาหลังจากท่านเหมือนท่าน นอกจากนันท่านยังได้รับความมังคัง เกียรติ และชีวิตทียืนยาวซึงเป็นสิงทีท่านไม่ได้ทูลขอด้วยเช่นกัน (1 พงศ์กษัตริย์ 3:1-15) เมือเรานมัสการพระเจ้าด้วยจิตวิญญาณและความจริงด้วยความรักทีเรามีต่อพระเจ้า (ยอห์น 4:24) พระเจ้าจะทรงยอมรับการนมัสการนันด้วยความยินดีและทรงอวยพรเราเพือเราจะจำเริญรุ่งเรืองขึนในทุกด้านและมีพลานามัยสมบูรณ์เหมือนทีวิญญาณจิตของเราจำเริญอยู่นัน

ท่านไม่สามารถถวายการนมัสการทีพระเจ้าทรงยอมรับถ้าท่านเข้าร่วมนมัสการแค่ในวันอาทิตย์ ท่านสามารถพูดว่าท่านถวายการนมัสการทีพระเจ้าทรงต้องการได้ก็ต่อเมือชีวิตทังสินของท่านถูกนำมาถวายแด่พระองค์ในฐานะของการนมัสการฝ่ายวิญญาณทีพระเจ้าทรงยอมรับ

พืนฐานของการนมัสการฝ่ายวิญญาณปรากฏอยู่ใน 1 เธสะโลนิกา 5:16-18 ซึงกล่าวว่า “จงชืนบานอยู่เสมอ จงอธิษฐานอย่างสม่ำเสมอ จงขอบพระคุณในทุกกรณี เพราะนีแหละเป็นน้ำพระทัยของพระเจ้าในพระเยซูคริสต์เพือท่านทังหลาย”

เราสามารถชืนบานอยู่เสมอเพราะพระเยซูทรงไถ่เราในฐานะผู้ลบล้างพระอาชญาเพือความบาปทังสินของเรา พระองค์ทรงประทานความหวังเรืองการเป็นขึนมาและสวรรค์อันงดงามให้กับเราด้วยการพิชิตความตาย ผู้คนทีเชือในเรืองนีจะมีความหวังเรืองสวรรค์นิรันดร์และสามารถชืนบานไม่ว่าเขาจะพบกับความยุ่งยากเ

พียงใดก็ตาม

เราต้องอธิษฐานอย่างสม่ำเสมอเพราะการอธิษฐานคือการหายใจของวิญญาณจิตของเรา มนุษย์ตายถ้าเขาหยุดหายใจฉันใด วิญญาณจิตของเราไม่สามารถมีชีวิตเมื่อเราหยุดอธิษฐานด้วยฉันนั้น ด้วยเหตุนี้ เราควรสื่อสารกับพระเจ้าด้วยการอธิษฐานอยู่ตลอดเวลา ด้วยการทำเช่นนั้น วิญญาณจิตของเราจะเต็มล้นและเราสามารถดำเนินชีวิตที่มีชัยชนะ

เราสามารถขอบพระคุณในทุกกรณีเพราะพระเจ้าทรงเป็นพระบิดาของเราและพระองค์ทรงสัญญาที่จะประทานคำตอบให้กับทุกสิ่งที่เราทูลขอ เราควรขอบพระคุณในทุกกรณี เมื่อเราขอบพระคุณแม้กระทั่งในความยากลำบาก พระเจ้าจะทรงทำให้ทุกสิ่งเกิดผลอันดีในทุกสิ่งและทำให้เรามีเหตุผลมากยิ่งขึ้นที่จะขอบพระคุณ ดังนั้น เราควรดำเนินชีวิตแห่งการนมัสการฝ่ายวิญญาณที่พระเจ้าทรงปลื้มปีติยินดีด้วยการชื่นบานอยู่เสมอ การอธิษฐานอย่างสม่ำเสมอ และการขอบพระคุณในทุกกรณี

จงขอ จงหา แสวงเคาะ 45

คำสรรเสริญที่พระเจ้าพอพระทัย

เปาโลและสิลาสถูกจำคุกในขณะที่กำลังประกาศข่าวประเสริฐ แต่ในขณะที่ถูกจำคุกอยู่นั้นทั้งสองร้องเพลงนมัสการพระเจ้าจากส่วนลึกแห่งจิตใจของตน เวลาประมาณเที่ยงคืนในขณะที่เขากำลังร้องเพลงอยู่นั้น ในทันใดนั้น ได้เกิดแผ่นดินไหวใหญ่จนรากคุกสะท้านสะเทือนและในทันใดนั้นประตูคุกทุกบานก็ถูกเปิดออก (กิจการ 16:25-26) นี่คืออานุภาพอันยิ่งใหญ่ของคำสรรเสริญซึ่งสามารถขับไล่พลังแห่งความมืดออกไปและสามารถเขย่าพระบัลลังก์ของพระเจ้าผู้ยิ่งใหญ่

ในพระคัมภีร์มีศิลปะของการสรรเสริญ บทเพลงสดุดี บทเพลงนมัสการ การแสดง และการเต้นรำปรากฏให้เห็นอยู่หลายชนิดและในพระราชกิจทั้งสิ้นของพระองค์งานศิลปะเหล่านี้แสดงให้เห็นถึงสง่าราศีและความสูงส่งของพระเจ้า สดุดี 150:3-4 กล่าวว่า "จงสรรเสริญพระองค์ด้วยเสียงแตร จงสรรเสริญพระองค์ด้วยพิณใหญ่และพิณเขาคู่ จงสรรเสริญพระองค์ด้วยรำมะนาและการเต้นรำ จงสรรเสริญพระองค์ด้วยเครื่องสายและขลุ่ย" และเอเฟซัส 5:19 กล่าวว่า "จงปราศรัยกันด้วยเพลงสดุดีเพลงนมัสการและเพลงฝ่ายจิตวิญญาณ คือร้องเพลงสรรเสริญแ

ะสดุดีจากใจของท่านถวายองค์พระผู้เป็นเจ้า"

ถ้าเช่นนั้น คำสรรเสริญชนิดใดที่พระเจ้าทรงยอมรับด้วยความเปรมปรีดิ์

ประการแรก พระเจ้าทรงยอมรับคำสรรเสริญแห่งการขอบพระคุณด้วยความหวังเรื่องสวรรค์และความชื่นบานด้วยความเปรมปรีดิ์

คำสรรเสริญมีอยู่หลายชนิด เช่น คำสรรเสริญแห่งการกลับใจ ซึ่งเป็นการที่เรากลับใจจากการไม่ได้ดำเนินชีวิตอยู่ในพระคำของพระเจ้า นอกจากนั้นยังมีคำสรรเสริญที่เราถวายเพื่อทำหน้าที่ซึ่งเราได้รับจากพระเจ้าให้สำเร็จ แต่คำสรรเสริญที่น่ายินดีที่สุดแด่พระเจ้าคือคำสรรเสริญที่นำมาถวายด้วยความหวังในเรื่องสวรรค์ ความชื่นบาน และการขอบพระคุณ

ผู้คนที่มองเห็นสวรรค์และต้องการถวายสง่าราศีแด่พระเจ้าจะปรารถนาสิ่งที่บริสุทธิ์และอยู่ฝ่ายวิญญาณอยู่ตลอดเวลา ด้วยคำสรรเสริญคนเหล่านี้จะแบ่งปันความหวังในเรื่องสวรรค์ที่เปี่ยมล้นอยู่ในจิตใจของเขาไปสู่คนอื่น พระเจ้าทรงยอมรับคำสรรเสริญของคนเหล่านี้อย่างเปรมปรีดิ์เพราะเขาถวายคำสรรเสริญของตนด้วยความชื่นบาน ความรักที่มีต่อพระเจ้า และการขอบพระคุณอย่างเปี่ยมล้น

ประการที่สอง พระเจ้าทรงยอมรับคำสรรเสริญที่มอบถวายอย่างสิ้นสุดใจ

คำสรรเสริญที่มอบถวายด้วยสิ้นสุดใจเป็นการมอบถวายด้วยจิตใจที่บริสุทธิ์และไร้จุดด่างพร้อย พระเจ้าทรงบริสุทธิ์ ปราศจากตำหนิ และไร้จุดด่างพร้อย ดังนั้นพระองค์ทรงยอมรับค

ำสรรเสริญที่มอบถวายโดยผู้คนที่มีจิตใจสะอาดบริสุทธิ์โดยไม่มีความชั่วร้ายด้วยความเปรมปรีดิ์ นอกจากนี้ ถ้ารูปลักษณ์และภาพลักษณ์ภายนอกของเขาดูดีและมีความเป็นระเบียบเรียบร้อยในขณะที่ถวายคำสรรเสริญและการอุทิศตน พระเจ้าจะทรงพอพระทัยกับเขามากยิ่งขึ้น

ประการที่สาม พระเจ้าทรงยอมรับคำสรรเสริญที่เตรียมไว้ด้วยการอธิษฐาน

เราจะสามารถเต็มล้นด้วยพระวิญญาณ ชื่นบานอยู่เสมอ และขอบพระคุณในทุกกรณีได้ก็ต่อเมื่อเราอธิษฐาน การอธิษฐานเท่านั้นที่ทำให้เราสามารถกำจัดตัณหาของเนื้อหนัง ตัณหาของตา และความทะนงในลาภยศที่มาจากโลกนี้ทิ้งไป (1 ยอห์น 2:16) สันติสุขจะมาเหนือจิตใจของเราและเราจะเป็นคนบริสุทธิ์ พระเจ้าจะทรงเปรมปรีดิ์ในคำสรรเสริญของเราก็ต่อเมื่อสิ่งเหล่านี้เกิดขึ้นแล้วเท่านั้น

ประการสุดท้าย พระเจ้าทรงยอมรับคำสรรเสริญที่มอบถวายในความไพบูลย์ของพระวิญญาณบริสุทธิ์

คำสรรเสริญควรทำให้เกิดพระคุณและความประทับใจแก่ผู้ฟัง เพื่อให้เป็นเช่นนั้น คนที่ถวายคำสรรเสริญควรเต็มล้นด้วยการดลใจของพระวิญญาณบริสุทธิ์ก่อนเป็นอันดับแรกและถวายคำสรรเสริญที่ไพเราะและงดงาม เมื่อเขาสรรเสริญพระเจ้าในความไพบูลย์ของพระวิญญาณ พระเจ้าจะทรงยอมรับคำสรรเสริญนั้นด้วยความเปรมปรีดิ์และพลโยธาแห่งสวรรค์และทูตสวรรค์จะสนองตอบ ความรักและพระพรของพระเจ้าจะมาเหนือคนเหล่านั้นและรางวัลอันมีค่าจะถูกสำสมไว้ในสวรรค์

พระเยซูทรงเป็นแบบอย่างที่ดีแก่เราในเรื่องการอธิษฐาน

การอธิษฐานคือกิจวัตรขั้นพื้นฐานที่สำคัญที่สุดในชีวิตคริสเตียน สาเหตุก็เพราะว่าเราสามารถสื่อสารกับพระเจ้าได้รับคำตอบต่อคำอธิษฐานของเรา ได้รับกำลังและสติปัญญาแห่งสวรรค์ และดำเนินชีวิตที่มีชัยชนะได้ด้วยการอธิษฐาน ตรงกันข้าม เมื่อเราไม่อธิษฐานเราก็ไม่สามารถดำเนินชีวิตคริสเตียนที่ถูกต้องได้ จิตและวิญญาณของเราจะสูญเสียกำลัง เพราะเหตุนี้เราจึงเรียกการอธิษฐานว่า "การหายใจของวิญญาณจิตของเรา"

พระเจ้าทรงประทานพระสัญญาให้เราในมาระโก 11:24 ว่า "เหตุฉะนั้นเราบอกท่านทั้งหลายว่า ขณะเมื่อท่านจะอธิษฐานขอสิ่งใด จงเชื่อว่าได้รับและท่านจะได้รับสิ่งนั้น" ฉะนั้นจึงเป็นเรื่องธรรมชาติที่จะได้รับคำตอบเมื่อเราอธิษฐาน แต่บางคนไม่ได้รับคำตอบแม้เขาจะทูลขอด้วยความพากเพียร ถ้าเช่นนั้นเขาควรตรวจสอบคำอธิษฐานของตนด้วยการเปรียบเทียบกับคำอธิษฐานของพระเยซู ขอให้เราพิจารณาดูว่าพระเยซูทรงอธิษฐานอย่างไร

ประการแรก พระเยซูทรงอธิษฐานจนเป็นนิสัย
พระเยซูเสด็จขึ้นไปบนภูเขามะกอกเทศและอธิษฐานจนเป็นนิสัย (ลูกา 22:39) เปโตรและยอห์น สาวกของพระเยซู ขึ้นไปอธิษฐานที่พระวิหารเป็นประจำ (กิจการ 3:1) และดาเนียลอธิษฐานด้วยการเปิดหน้าต่างห้องชั้นบนตรงไปยังกรุงเยรูซาเล็มวันละสามครั้ง (ดาเนียล 6:10) เราต้องจดจำไว้ตลอดเวลาว่าการอธิษฐานจนเป็นนิสัยอย่างสม่ำเสมอเป็นน้ำพระทัยของพระเจ้า (1 เธสะโลนิกา 5:17-18) และเราต้องเฝ้าระวังและอธิษฐานอยู่เสมอในฐานะบุตรของพระเจ้า

ประการที่สอง พระเยซูทรงคุกเข่าในการอธิษฐาน
ลูกา 22:41 อธิบายถึงการที่พระเยซูทรงคุกเข่าอธิษฐานก่อนการถูกตรึง เหล่าบิดาแห่งความเชื่อ (อย่างเช่น เอลียาห์ที่นำไฟลงมาจากท้องฟ้าและอัครทูตเปาโล) ล้วนคุกเข่าในการอธิษฐานทั้งสิ้น (1 พงศ์กษัตริย์ 18:42; กิจการ 20:36) เมื่อเราคุกเข่าเราก็สามารถมีจิตใจจดจ่อมากยิ่งขึ้น การคุกเข่าแสดงให้เห็นถึงความเคารพยำเกรงพระเจ้าของคนที่อธิษฐาน ดังนั้นจึงเป็นเรื่องธรรมชาติที่เราควรคุกเข่าลงในการอธิษฐานต่อพระพักตร์พระเจ้าพระผู้สร้าง

ประการที่สาม พระเยซูทรงอธิษฐานตามน้ำพระทัยของพระเจ้า
เมื่อพระเยซูทรงอธิษฐานอยู่ในสวนเกทเสมนีพระองค์ทรงอธิษฐานว่า "พระบิดาเจ้าข้า ถ้าพระองค์พอพระทัย ขอให้ถ้วยนี้เลื่อนพ้นไปจากข้าพระองค์เถิด แต่อย่างไรก็ดีอย่าให้เป็นไปตามใจข้าพระองค์ แต่ให้เป็นไปตามพระทัยของพระองค์เถิด" (ลูกา

22:42) เช่นเดียวกับพระองค์ เราควรทำตามน้ำพระทัยของพระเจ้าเช่นกัน ไม่ใช่การแสวงหาประโยชน์ส่วนตัวและมอบถวายทุกสิ่งแด่พระเจ้าในคำอธิษฐาน การมอบถวายทุกสิ่งแด่พระเจ้าในคำอธิษฐานคือการเชื่อว่าพระเจ้าทรงเป็นผู้ที่ทำให้ทุกสิ่งเกิดผลอันดีและทรงมอบเฉพาะสิ่งที่ดีเท่านั้นให้กับบุตรของพระองค์พร้อมกับขอบพระคุณและชื่นชมยินดีสำหรับทุกสิ่งไม่ว่าในสถานการณ์ใดก็ตาม

ประการที่สี่ พระเยซูทรงอธิษฐานอย่างร้อนรนในความทุกข์ทรมาน

ลูกา 22:44 กล่าวว่า "เมื่อพระองค์ทรงเป็นทุกข์มากนักพระองค์ยิ่งปลงพระทัยอธิษฐาน พระเสโทของพระองค์เป็นเหมือนโลหิตไหลหยดลงถึงดินเป็นเม็ดใหญ่" พระเยซูทรงอธิษฐานด้วยวิธีนี้ในสวนเกทเสมนีในคืนก่อนที่พระองค์จะถูกตรึงบนกางเขน

หลังจากการไม่เชื่อฟังของอาดัม มนุษย์ต้องทำงานอาบเหงื่อต่างน้ำเพื่อให้ได้มาซึ่งอาหารเหมือนที่อธิบายไว้ในปฐมกาล 3:17-19 กล่าวคือ เราต้องทำงานจนเหงื่อไหลโซมหน้าเพื่อให้ได้มาซึ่งบางสิ่งบางอย่าง แต่เมื่อทูลขอกับพระเจ้าสำหรับสิ่งที่ไม่สามารถได้มาด้วยกำลังของเราเอง เรายิ่งต้องอธิษฐานอย่างร้อนรนมากกว่านั้นสักเพียงใดเพื่อให้ได้มาซึ่งสิ่งนั้น ด้วยเหตุนี้ ผมหวังว่าท่านจะได้รับคำตอบสำหรับทุกสิ่งที่ท่านอธิษฐานทูลขอด้วยการอธิษฐานอย่างเป็นนิสัย อธิษฐานด้วยท่าทีที่พระเจ้าทรงต้องการ อธิษฐานตามน้ำพระทัยของพระเจ้า และอธิษฐานอย่างร้อนรนเหมือนพระเยซู

จงขอ จงหา และจงเคาะ

พ่อแม่ต้องการให้สิ่งที่ดีกับลูกรักของตนฉันใด พระเจ้าแห่งความรักก็ทรงต้องการให้สิ่งที่ดีที่สุดกับเราผู้เป็นของพระองค์ด้วยฉันนั้น อย่างไรก็ตาม ภายใต้กฎฝ่ายวิญญาณพระองค์ไม่อาจประทานคำตอบให้เว้นแต่เราจะขอ ดังนั้นพระองค์จึงตรัสไว้ในมัทธิว 7:7 ว่า “จงขอแล้วจะได้ จงหาแล้วจะพบ จงเคาะแล้วจะเปิดให้แก่ท่าน”

เราควรขอสิ่งใด

เหนือสิ่งอื่นใด เราควรทูลขอเพื่อจะเห็นองค์พระผู้เป็นเจ้าและพระพักตร์ของพระองค์และเพื่อรับเอากำลังจากพระองค์ (สดุดี 105:4) เราจะสามารถมีชัยต่อโลกและดำเนินชีวิตในพระคำของพระเจ้าได้ก็ต่อเมื่อพระเจ้าทรงประทานพระคุณและกำลังจากเบื้องบนให้กับเราแล้วเท่านั้น เพื่อดำเนินชีวิตตามพระคำของพระเจ้า เราต้องมีความเชื่อก่อนเป็นอันดับแรก ฉะนั้น การรับกำลังจากพระเจ้าคือการทูลขอให้พระองค์ประทานความเชื่อให้กับเรา

การทูลขอเพื่อเห็นพระพักตร์ของพระเจ้าคือการพยายามอย่างมากที่จะรู้จักพระเจ้า นั่นหมายความว่าคนที่ไม่เชื่อในพระเจ้าต้

องเริ่มเปิดประตูใจของตนออก แสวงหาพระเจ้า รู้จักกับพระองค์ และทูลขอเพื่อให้ได้ยินพระสุรเสียงของพระองค์ ยอห์น 1:1 บอกเราว่าพระเจ้าทรงเป็นพระวาทะ ดังนั้นการเข้าใจและรู้จักความหมายฝ่ายวิญญาณของหนังสือทั้ง 66 เล่มของพระคัมภีร์จึงเป็นการเห็นพระพักตร์ของพระเจ้า

อันดับต่อไป เราต้องทูลขอเพื่อให้แผ่นดินของพระเจ้าและความชอบธรรมของพระองค์สำเร็จ (มัทธิว 6:33) ยิ่งเราประกาศถึงพระเยซูคริสต์อย่างพากเพียรมากขึ้นเท่าใด ดวงวิญญาณจำนวนมากก็จะได้รับความรอดและแผ่นดินของพระเจ้าก็จะถูกขยายออกไปมากยิ่งขึ้นเท่านั้น ดังนั้นการทำให้แผ่นดินของพระเจ้าสำเร็จคือการอธิษฐานเผื่อการประกาศพระกิตติคุณในประเทศและทั่วโลก เพื่อว่าทุกคนจะมาถึงความรอด นอกจากนั้น การทำให้ความชอบธรรมของพระองค์สำเร็จคือการอธิษฐานเพื่อให้ผู้คนออกจากความมืดเข้ามาสู่ความสว่างด้วยการเข้าใจพระคำของพระเจ้า การเป็นเหมือนพระเจ้าผู้บริสุทธิ์ และการได้รับการชำระให้บริสุทธิ์

เราต้องทูลขอกำลังเพื่อทำหน้าที่ซึ่งเราได้รับมอบหมายจากพระเจ้าให้สำเร็จในฐานะคนงานเช่นกัน (1 โครินธ์ 4:2) เราต้องทูลขอเพื่อให้เราเป็นคนงานสำหรับแผ่นดินของพระเจ้า และถ้าเราเป็นคนงานของพระองค์แล้วเราควรทูลขอเพื่อให้เราทำหน้าที่ของตนให้สำเร็จเป็นอย่างดี กล่าวคือ เราควรทูลขอกำลังไม่ใช่เพื่อทำหน้าที่ของเราให้สำเร็จเท่านั้น แต่เพื่อทำการใหญ่แม้ในยามที่เราได้รับมอบหมายภารกิจที่สำคัญและยุ่งยากกว่าด้วยเช่นกัน

นอกจากนี้ เราทูลขออาหารประจำวันของเราด้วยเช่นกัน (มัทธิว 6:11) นั่นหมายความว่าเราต้องทูลขอสำหรับสิ่งของจำเป็นต่าง ๆ สำหรับตน เช่น เสื้อผ้า อาหาร ที่อยู่อาศัย พระพรในที่ทำงาน สุขภาพพลานามัยของคนในครอบครัว และพระพรทางด้านการเงิน เป็นต้น พระเจ้าได้ทรงไถ่เราให้พ้น

จากความยากจนและโรคภัยไข้เจ็บโดยพระเยซูคริสต์แล้ว ดังนั้นเราจึงสามารถชื่นชมกับพระพรต่าง ๆ ในชีวิตของเรา ด้วยเหตุนี้หลังจากการทูลขอเพื่อให้แผ่นดินและความชอบธรรมของพระเจ้าสำเร็จแล้ว เราต้องทูลขอพระเจ้าสำหรับความจำเป็นต่าง ๆ ในชีวิตของเราด้วยเช่นกันเพื่อว่าเราจะสามารถชื่นชมกับความมั่งคั่ง สุขภาพดี และชีวิตที่เจริญรุ่งเรือง

เราควรหาสิ่งใด
คำว่า "จงหา" ในข้อนี้หมายความว่าเราต้องแสวงหาพระฉายาของพระเจ้าที่สูญเสียไป อาดัมมนุษย์คนแรกถูกสร้างให้เป็นวิญญาณที่มีชีวิตตามพระฉายาของพระเจ้า แต่ด้วยการไม่เชื่อฟังในสิ่งที่พระเจ้าทรงตรัสห้ามเอาไว้ อาดัมจึงเข้าไปสู่หนทางแห่งความตายซึ่งเป็นค่าจ้างของความบาปและสูญเสียพระฉายาของพระเจ้าไป ดังนั้นเราต้องรื้อฟื้นพระฉายาที่สูญเสียไปขึ้นมาใหม่ เมื่อเราต้อนรับเอาพระเยซูคริสต์และได้รับพระวิญญาณบริสุทธิ์เป็นของขวัญ วิญญาณจิตที่ตายไปแล้วของเราก็ฟื้นคืนชีพและเราสามารถรื้อฟื้นพระฉายาของพระเจ้าขึ้นมาใหม่

สุดท้าย เราควรเคาะสิ่งใด
ข้อนี้บอกเราให้รับเอาคำตอบด้วยการเคาะที่พระทัยของพระเจ้า เพื่อทำเช่นนั้นเราต้องรักษาพระคำของพระเจ้าเอาไว้และทำให้พระองค์พอพระทัย เมื่อพระเจ้าทรงพอพระทัยพระองค์จะทรงเปิดประตูสวรรค์พร้อมกับเทคำตอบและพระพรลงมาเหนือเรา

คำอธิษฐานแห่งความเชื่อ
คำอธิษฐานแห่งความรัก
และคำอธิษฐานของคนชอบธรรม

การอธิษฐานคือกุญแจไปสู่คำตอบและพระพร เมื่อเราสามารถเร้าพระทัยของพระเจ้าด้วยการอธิษฐาน คำตอบและพระพรก็จะมาเหนือเรา ถ้าเช่นนั้นคำอธิษฐานชนิดใดที่สามารถส่งผลให้เราได้รับคำตอบอย่างรวดเร็ว

ประการแรก คำอธิษฐานแห่งความเชื่อ
ในอพยพ 17:8-16 โมเสสได้รับชัยชนะในการทำสงครามระหว่างอิสราเอลกับอามาเลขโดยคำอธิษฐานแห่งความเชื่อของท่าน โดยคำอธิษฐานของโยชูวาดวงอาทิตย์และดวงจันทร์ก็หยุดนิ่งอยู่กับที่เกือบทั้งวัน (โยชูวา 10:13) นอกจากนั้น คำอธิษฐานอย่างร้อนรนของเอลียาห์ทำให้ไฟลงมาจากเบื้องบน (1 พงศ์กษัตริย์ 18:38) ผู้คนที่อธิษฐานด้วยความเชื่อและไม่มีความสงสัยเลยก็สามารถมีประสบการณ์กับการทำงานอย่างอัศจรรย์ของพระเจ้าเหมือนกับในตัวอย่างเหล่านี้

ประการที่สอง คำอธิษฐานแห่งความรัก
ความรักฝ่ายเนื้อหนังจะเห็นแก่ประโยชน์ส่วนตัวและเสื่อมถอยล

งเมื่อเวลาผ่านไป ในอีกด้านหนึ่ง ความรักฝ่ายวิญญาณจะเห็นแก่ประโยชน์ของคนอื่นและพร้อมที่จะเสียสละตนเอง ความรักฝ่ายวิญญาณไม่มีวันเปลี่ยนแปลงแม้หลังจากช่วงเวลาอันยาวนานจะผ่านพ้นไป ถ้าท่านมีความรักฝ่ายวิญญาณท่านจะรักเพื่อนบ้านของท่านเหมือนรักตนเอง ท่านจะถือว่าปัญหาของคนอื่นเป็นเหมือนปัญหาของท่านเองและท่านสามารถทูลขอเพื่อสิ่งที่คนอื่นต้องการในสถานการณ์ส่วนตัวของเขา พระเจ้าทรงฟังคำอธิษฐานแห่งความรักแท้เช่นนี้และทรงประทานคำตอบให้กับเขาอย่างรวดเร็ว

คำอธิษฐานของคนชอบธรรมหมายถึงคำอธิษฐานที่เราถวายด้วยจิตใจที่ดีและงดงามเหมือนดังพระทัยขององค์พระผู้เป็นเจ้าและเป็นคำอธิษฐานที่ทูลขอด้วยใจร้อนรนตามน้ำพระทัยของพระเจ้า ในการเดินทางจากอียิปต์ไปสู่แผ่นดินคานาอันคนอิสราเอลไม่เชื่อฟังพระคำของพระเจ้าและสร้างรูปวัวทองคำและกราบไหว้รูปวัวนั้น พระเจ้าทรงพระพิโรธ ดังนั้นพระองค์จึงตรัสกับโมเสสว่าพระองค์จะทำลายคนเหล่านั้นและทำให้พงศ์พันธุ์ของโมเสสเป็นประชาชาติใหญ่ แต่โมเสสทูลขอในคำอธิษฐานเพื่อให้พระเจ้าทรงเปลี่ยนพระทัยและไม่ทำลายคนเหล่านั้น ท่านยอมถวายชีวิตของท่านเป็นประกันให้กับชีวิตของคนเหล่านั้น พระเจ้าทรงเปลี่ยนพระทัยของพระองค์และไม่ทำลายคนเหล่านั้น พระเจ้าทรงให้คุณค่ากับโมเสสซึ่งเป็นผู้ที่มีลักษณะเหมือนพระองค์มากกว่าคนอิสราเอลหลายล้านคนและทรงตอบคำอธิษฐานของท่านนั่นหมายความว่า “คำอธิษฐานด้วยใจร้อนรนอย่างเอาจริงเอาจังของผู้ชอบธรรมนั้นมีพลังมากทำให้เกิดผล” (ยากอบ 5:16)

จงแสวงหาแผ่นดินของพระเจ้าและความชอบธรรมของพระองค์

ในพระคัมภีร์มีอยู่หลายตอนที่กล่าวถึงการอธิษฐาน มัทธิว 6:33 กล่าวว่า “แต่ท่านทั้งหลายจงแสวงหาอาณาจักรของพระเจ้าและความชอบธรรมของพระองค์ก่อน แล้วพระองค์จะทรงเพิ่มเติมสิ่งทั้งปวงเหล่านี้ให้แก่ท่าน” พระเจ้าทรงต้องการให้เราแสวงหาแผ่นดินและความชอบธรรมของพระองค์ก่อนเมื่อเราอธิษฐาน

การแสวงหาแผ่นดินของพระเจ้าหมายถึงอะไร

สิ่งนี้หมายถึงการอธิษฐานเผื่อความรอดของดวงวิญญาณด้วยการประกาศพระกิตติคุณ องค์พระผู้เป็นเจ้าผู้คืนพระชนม์ทรงมอบพระมหาบัญชาให้กับสาวกของพระองค์ก่อนที่พระองค์จะเสด็จขึ้นสู่สวรรค์ พระมหาบัญชานี้อยู่ในกิจการ 1:8 ซึ่งกล่าวว่า “แต่ท่านทั้งหลายจะได้รับพระราชทานฤทธิ์เดช เมื่อพระวิญญาณบริสุทธิ์จะเสด็จมาเหนือท่าน และท่านทั้งหลายจะเป็นพยานฝ่ายเราทั้งในกรุงเยรูซาเล็ม ทั่วแคว้นยูเดีย แคว้นสะมาเรีย และจนถึงที่สุดปลายแผ่นดินโลก”

องค์พระผู้เป็นเจ้าทรงสิ้นพระชนม์บนไม้กางเขนเพื่อรับแบก

จงขอ จงหา แสดงเคาะ 57

บาปของมนุษยชาติผู้ซึ่งถูกกำหนดไว้สำหรับความพินาศในฐานะทาสของผีมารซาตาน ในวันที่สามหลังจากพระองค์ทรงสิ้นพระชนม์องค์พระผู้เป็นเจ้าได้ทรงเอาชนะความตายและทรงเป็นขึ้นมา เพราะเหตุนี้ผู้คนที่ต้อนรับเอาพระเยซูคริสต์และเชื่อในพระนามของพระองค์สามารถรับการยกโทษบาปและได้รับสิทธิของการเป็นบุตรของพระเจ้า สุดท้ายคนเหล่านี้สามารถไปถึงซึ่งความรอดด้วยเหตุนี้ ยิ่งเราประกาศพระเยซูคริสต์มากขึ้นเท่าใด ป้อมค่ายของผีมารซาตานก็จะถูกทำลายมากขึ้นเท่านั้น และแผ่นดินของพระเจ้าก็จะขยายกว้างออกไปมากยิ่งขึ้นเท่านั้น ด้วยความรู้นี้เราควรอธิษฐานเผื่อการประกาศพระกิตติคุณ การอธิษฐานเผื่อคริสตจักร ศิษยาภิบาล การก่อสร้างคริสตจักร คนงานคริสตจักร และการประกาศพระกิตติคุณทั่วโลกรวมอยู่ในการอธิษฐานแบบนี้

การแสวงหาความชอบธรรมของพระเจ้าหมายถึงอะไร
สิ่งนี้หมายความว่าเราควรอธิษฐานเผื่อการเป็นคนชอบธรรมซึ่งมีลักษณะเหมือนองค์พระผู้เป็นเจ้าและประพฤติตนตามพระคำของพระเจ้า 1 เปโตร 1:16 กล่าวว่า "ดังที่มีคำเขียนไว้แล้วว่า 'ท่านทั้งหลายจงเป็นคนบริสุทธิ์ เพราะเราเป็นผู้บริสุทธิ์'" และมัทธิว 5:48 กล่าวว่า "เหตุฉะนี้ท่านทั้งหลายจงเป็นคนดีรอบคอบ เหมือนอย่างพระบิดาของท่านผู้ทรงสถิตในสวรรค์เป็นผู้ดีรอบคอบ" ด้วยเหตุนี้ในฐานะบุตรของพระเจ้า เราควรอธิษฐานอย่างร้อนรนเพื่อให้มีความชอบธรรมอยู่ในจิตใจของเราอย่างสมบูรณ์

ไม่มีสิ่งใดเป็นไปไม่ได้สำหรับท่านผู้นี้

ในปัจจุบันวิทยาศาสตร์และการแพทย์ได้พัฒนาก้าวล้ำไปอย่างมาก แต่ก็ยังมีหลายสิ่งที่เกินกำลังความสามารถของมนุษย์ที่จะทำได้ อย่างไรก็ตาม ไม่มีสิ่งใดที่เป็นไปไม่ได้ในความเชื่อเพราะในความเชื่อนั้นไม่ใช่พลังอำนาจของมนุษย์ หากแต่เป็นการทำงานของฤทธิ์อำนาจของพระเจ้าผู้ยิ่งใหญ่ พระคัมภีร์บันทึกหลักฐานเอาไว้จำนวนนับไม่ถ้วนเพื่อผู้คนจะสามารถเชื่อว่าในโลกของความเชื่อนั้นไม่มีสิ่งใดที่เป็นไปไม่ได้ พระคัมภีร์บอกเราเช่นกันว่าคนประเภทใดที่จะสามารถมีประสบการณ์กับโลกแห่งความเชื่อและพระเจ้าทรงยอมรับคนแบบไหนเป็นบุคคลแห่งความเชื่อและประทานคำตอบและพระพรให้กับเขา

เหมือนที่กล่าวไว้ในมาระโก 9:23 ว่า "พระเยซูจึงตรัสแก่บิดานั้นว่า 'ถ้าท่านเชื่อได้ ใครเชื่อก็ทำให้ได้ทุกสิ่ง'" ไม่มีอะไรที่เป็นไปไม่ได้สำหรับผู้คนที่เชื่อในพระเจ้า ถ้าเช่นนั้น คนประเภทใดที่จะมีความเชื่อแบบ "ไม่มีสิ่งใดเป็นไปไม่ได้"

จงขอ จงหา แสวงเคาะ 59

ประเภทแรก คนที่ไม่มีกำแพงแห่งความบาปต่อพระพักตร์พระเจ้า

อิสยาห์ 59:1-2 กล่าวว่า "ดูเถิด พระหัตถ์ของพระเยโฮวาห์มิได้สั้นลง ที่จะช่วยให้รอดไม่ได้ หรือพระกรรณตึง ซึ่งจะไม่ทรงได้ยิน แต่ว่าความชั่วช้าของเจ้าทั้งหลายได้กระทำให้เกิดการแยกระหว่างเจ้ากับพระเจ้าของเจ้า และบาปของเจ้าทั้งหลายได้บังพระพักตร์ของพระองค์เสียจากเจ้า พระองค์จึงมิได้ยิน" ถ้ามีกำแพงบาปขวางกั้นระหว่างเรากับพระเจ้า เราก็ไม่ได้รับคำตอบและไม่สามารถรู้จักน้ำพระทัยของพระเจ้า ถ้าเราไม่สามารถรู้จักน้ำพระทัยของพระองค์เราก็ไม่สามารถเชื่อฟังน้ำพระทัยนั้น ด้วยเหตุนี้ ถ้าเรามีกำแพงแห่งความบาปเราควรทำลายกำแพงนั้นลงอย่างรวดเร็วด้วยการกลับใจอย่างถ่องแท้

ประเภทที่สอง คนที่ทำตามน้ำพระทัยของพระเจ้า

มัทธิว 22:37 กล่าวว่า "พระเยซูทรงตอบเขาว่า `จงรักองค์พระผู้เป็นเจ้าผู้เป็นพระเจ้าของเจ้า ด้วยสุดจิตสุดใจของเจ้า และด้วยสิ้นสุดความคิดของเจ้า'" ดังนั้นเราต้องไม่กระทำสิ่งที่ขัดแย้งกับน้ำพระทัยของพระเจ้าแม้เราจะชอบสิ่งเหล่านั้นก็ตาม นอกจากนั้น เราต้องทำบางสิ่งบางอย่างแม้เราจะเกลียดชังสิ่งนั้นตราบใดที่สิ่งนั้นเป็นน้ำพระทัยของพระเจ้า เมื่อเราทำตามน้ำพระทัยของพระองค์ด้วยสุดจิต สุดใจ และสุดความคิดของเรา พระองค์ก็จะประทานความเชื่อที่สมบูรณ์ให้กับเรา

ประเภทที่สาม คนที่ทำให้พระเจ้าพอพระทัยด้วยการรักพระองค์

ยอห์น 14:21 กล่าวว่า “ผู้ใดที่มีบัญญัติของเราและรักษาบัญญัตินั้น ผู้นั้นแหละเป็นผู้ที่รักเรา และผู้ที่รักเรานั้นพระบิดาของเราจะทรงรักเขา และเราจะรักเขา และจะสำแดงตัวของเราเองให้ปรากฏแก่เขา” ถ้าเรารักพระเจ้ารักษาพระบัญญัติของพระองค์ และทำทุกสิ่งเพื่อสง่าราศีของพระเจ้าไม่ว่าในเรื่องการกินหรือการดื่มหรือไม่ว่าเราจะทำสิ่งใดก็ตามพระเจ้าจะทรงพอพระทัยกับเราและจะประทานความเชื่อให้กับเราซึ่งจะทำให้เราสามารถทำสิ่งซึ่งเป็นไปไม่ได้ด้วยพลังอำนาจของมนุษย์ ด้วยเหตุนี้ ผมหวังว่าท่านจะดำเนินชีวิตในความเชื่อแบบ “ไม่มีสิ่งใดเป็นไปไม่ได้” และถวายสง่าราศีแด่พระเจ้าในทุกสิ่งที่ท่านทำด้วยการทำให้พระองค์พอพระทัยอยู่ตลอดเวลา

การอธิษฐานที่เห็นพ้องกับพระวิญญาณบริสุทธิ์

พระเยซูทรงสอนเหล่าสาวกของพระองค์เกี่ยวกับวิธีการที่จะได้รับคำตอบต่อคำอธิษฐานของเขา หนึ่งในวิธีการเหล่านั้นถูกบันทึกไว้ในมัทธิว 18:19 ซึ่งกล่าวว่า "เรากล่าวแก่ท่านทั้งหลายอีกว่า ถ้าในพวกท่านที่อยู่ในโลกสองคนจะร่วมใจกันขอสิ่งหนึ่งสิ่งใด พระบิดาของเราผู้ทรงสถิตในสวรรค์ก็จะทรงกระทำให้" การอธิษฐานด้วยวิธีการเห็นพ้องกันหมายถึงการอธิษฐานที่ทูลออกมาด้วยใจเดียวกัน เพราะเหตุใดการอธิษฐานด้วยวิธีนี้จึงมีพลังอำนาจ

ข้อความที่ว่า "ถ้าในพวกท่านที่อยู่ในโลกสองคนจะร่วมใจกันขอสิ่งหนึ่งสิ่งใด" ในฝ่ายวิญญาณแสดงให้เห็นว่าเราอธิษฐานด้วยความเป็นอันหนึ่งอันเดียวกันกับพระวิญญาณบริสุทธิ์ สิ่งนี้ไม่สำคัญว่าเราจะอธิษฐานเพียงลำพังหรืออธิษฐานกับคนมากกว่าสองคน "คำอธิษฐานที่ทูลออกมาด้วยความเป็นอันหนึ่งอันเดียวกันกับพระวิญญาณ" ถูกอธิบายไว้ในพระคัมภีร์ข้อนี้ว่า "ถ้าในพวกท่านที่อยู่ในโลกสองคนจะร่วมใจกันขอสิ่งหนึ่งสิ่งใด" เมื่อเราต้อนรับเอาพระเยซูคริสต์ พระวิญญาณบริสุทธิ์ทรงเสด็จเข้ามาในจิตใจของเราและทรงทำให้วิญญาณจิตของเราที่ตายแล้วเนื่องจากบาปเป็นขึ้นมาใหม่ พระวิญญาณทรงสถิตอยู่ในจิตใจขอ

งบุตรของพระเจ้าและทรงนำเขาไปสู่ความจริง พระวิญญาณบริสุทธิ์ทรงมีพระทัยของพระเจ้าและทรงหยั่งรู้ความล้ำลึกของพระเจ้า (1 โครินธ์ 2:10) และพระองค์ทรงอธิษฐานเผื่อผู้เชื่อตามน้ำพระทัยของพระเจ้า (โรม 8:27) ดังนั้น เมื่อเราอธิษฐานในการทรงนำของพระวิญญาณบริสุทธิ์ พระเจ้าจะทรงยอมรับคำอธิษฐานของเราด้วยความเปรมปรีดิ์และทรงประทานคำตอบให้กับทุกสิ่งที่เราทูลขอ

ถ้าเช่นนั้น เราควรทำสิ่งใดเพื่อจะอธิษฐานในความเป็นอันหนึ่งอันเดียวกันกับพระวิญญาณบริสุทธิ์ตลอดเวลา

จิตใจของเราควรเปลี่ยนไปสู่ความจริง ซึ่งได้แก่จิตใจฝ่ายวิญญาณ ยิ่งเรารักษาพระคำของพระเจ้าและเปลี่ยนเข้าสู่ฝ่ายวิญญาณมากเท่าใด พระวิญญาณก็จะทรงนำเราและช่วยให้เราได้ยินพระสุรเสียงของพระองค์ชัดเจนมากยิ่งขึ้นเท่านั้น พระองค์จึงทรงอนุญาตให้เรารู้จักน้ำพระทัยของพระเจ้าด้วยวิธีนี้ เมื่อเราได้ยินพระสุรเสียงของพระวิญญาณและได้รับการทรงนำจากพระองค์และเชื่อฟังพระองค์ เราก็จะเต็มล้นด้วยพระวิญญาณบริสุทธิ์และเราสามารถเป็นอันหนึ่งอันเดียวกันกับพระองค์

ถ้าเราอธิษฐานโดยมีจิตใจเดียวกันกับพระวิญญาณด้วยวิธีนี้ คำอธิษฐานก็จะมีพลังอำนาจมาก แม้คนที่เป็นหนึ่งเดียวกันกับพระวิญญาณจะมีเพียงคนเดียว แต่เขาก็สามารถทำให้การทำงานอย่างยิ่งใหญ่เกิดขึ้นได้ ลองคิดดูซิว่าถ้าคนจำนวนมากร่วมใจกันและอธิษฐานด้วยวิธีนี้ คำอธิษฐานนั้นจะมีพลังอำนาจมากกว่านั้นสักเท่าใด ด้วยเหตุนี้ ผมหวังว่าท่านจะมีประสบการณ์กับการทำงานอย่างอัศจรรย์ของพระเจ้าด้วยการอธิษฐานอย่างเห็นพ้องกับพระวิญญาณเมื่อความยากลำบากเกิดขึ้นกับคริสตจักรของท่าน ครอบครัวของท่าน ที่ทำงานของท่าน หรือธุรกิจของท่าน

การอดอาหารและการอธิษฐานที่พระเจ้าทรงปีติยินดี

วันหนึ่ง ชายคนหนึ่งมาขอร้องให้พวกสาวกของพระเยซูไปรักษาลูกชายของเขาที่เป็นลมบ้าหมูซึ่งถูกผีสิง แต่พวกสาวกไม่สามารถรักษาเขาได้ พระเยซูตรัสสั่งให้เขานำเด็กคนนั้นมาหาพระองค์และจากนั้นพระองค์ตรัสสั่งผีและผีนันก็ออกไปจากลูกชายของเขา เมื่อเห็นสิ่งนี้ พวกสาวกทูลถามพระองค์ว่าเหตุใดเขาจึงไม่สามารถรักษาชายคนนั้นได้ พระเยซูตรัสว่าสาเหตุเป็นเพราะเขามีความเชื่อน้อย (มัทธิว 17:20) และพระองค์ตรัสเช่นกันว่า “ผีอย่างนี้จะขับให้ออกไม่ได้เลยเว้นแต่โดยการอธิษฐานและการอดอาหาร” (มาระโก 9:29) ด้วยเหตุนี้ เราควรอธิษฐานเพื่อรับเอาการรักษาโรคและคำตอบของปัญหา โดยเฉพาะอย่างยิ่ง เราสามารถรับคำตอบได้อย่างรวดเร็วเมื่อเราอธิษฐานอย่างร้อนรนด้วยการอดอาหาร

ในพระคัมภีร์มีผู้คนจำนวนมากที่ได้รับคำตอบและพระพรผ่านการอธิษฐานด้วยการอดอาหาร พระนางเอสเธอร์ช่วยประชาชนของเธอให้รอดด้วยการอดอาหารและอธิษฐานสามวัน ประชาชนชาวนีนะเวห์ (ที่ต้องพบกับความพินาศเนื่องจากบาปของเขา) ได้

หันหลังกลับจากทางของตนด้วยการอดอาหารและได้รับความรอดในที่สุด การอธิษฐานด้วยการอดอาหารเช่นนี้มีพลังอำนาจอย่างยิ่ง

พระเจ้าทรงประทานพระสัญญาไว้ในอิสยาห์ 58:6-9 ว่า "การอดอาหารอย่างนี้ไม่ใช่หรือที่เราต้องการ คือการแก้พันธนะของความชั่ว การปลดเปลื้องภาระหนัก และการปล่อยให้ผู้ถูกบีบบังคับเป็นอิสระ และการหักแอกเสียทุกอัน ไม่ใช่การที่จะปันอาหารของเจ้าให้กับผู้หิว และนำคนยากจนไร้บ้านเข้ามาในบ้านของเจ้า เมื่อเจ้าเห็นคนเปลือยกายก็คลุมกายเขาไว้ และไม่ซ่อนตัวของเจ้าจากญาติของเจ้าเอง ดอกหรือ แล้วความสว่างของเจ้าจะพุ่งออกมาอย่างอรุณ และแผลของเจ้าจะเรียกเนื้อขึ้นมาอย่างรวดเร็ว ความชอบธรรมของเจ้าจะเดินนำหน้าเจ้า และสง่าราศีของพระเยโฮวาห์จะระวังหลังเจ้า แล้วเจ้าจะทูล และพระเยโฮวาห์จะทรงตอบ เจ้าจะร้องทูล และพระองค์จะตรัสว่า 'เราอยู่นี่' ถ้าเจ้าจะเอาออกไปจากท่ามกลางเจ้าเสีย ซึ่งแอก ซึ่งการชี้หน้า และซึ่งการพูดอย่างไร้สาระ"

การอธิษฐานด้วยการอดอาหารต้องไม่รับประทานสิ่งใดยกเว้นน้ำและต้องทูลขอคำตอบจากพระเจ้าด้วยใจร้อนรนและความมุ่งมั่นอย่างเด็ดเดี่ยวว่า "ถ้าฉันพินาศ ฉันก็พินาศ"

เมื่อถวายการอดอาหารเราต้องร้องทูลในคำอธิษฐานด้วยความรักฝ่ายวิญญาณและอยู่ให้ห่างจากความสนุกสนานฝ่ายโลกทุกรูปแบบ (อิสยาห์ 58:3-5) ระยะเวลาของการอดอาหารอาจเริ่มจากการอดอาหารหนึ่งมื้อ หนึ่งวัน สองวัน สามวัน ห้าวัน เจ็ดวัน หรือมากกว่าเจ็ดวัน แต่ถ้าท่านอดอาหารมากกว่าสิบวันท่านต้องไ

ม่ตัดสินใจที่จะอดอาหารแบบนั้นอย่างรีบเร่ง ท่านต้องรับการทรง นำจากพระวิญญาณบริสุทธิ์ตามน้ำพระทัยของพระเจ้าสำหรับการอดอาหารแบบนั้น

หลังจากอดอาหารท่านต้องรับประทานอาหารฟื้นฟูสุขภาพ ท่านสามารถพูดว่าท่านเสร็จสิ้นการอดอาหารอย่างถูกต้องแล้วก็ต่อเมื่อหลังจากที่ท่านรับประทานอาหารฟื้นสุขภาพแล้วเท่านั้น ในระหว่างการรับประทานอาหารฟื้นฟูสุขภาพนั้น ท่านยังคงต้องทูลขอต่อพระเจ้าสำหรับหัวข้อการอธิษฐานในแนวทางที่พระเจ้าทรงต้องการอยู่ต่อไป สิ่งหนึ่งที่เราต้องตระหนักรู้ก็คือการทดลองอาจเกิดขึ้นหลังจากการอดอาหาร ด้วยเหตุนี้ เพื่อจะขับไล่การทดลองออกไปด้วยความเชื่อ เราควรเตรียมพร้อมสำหรับสิ่งนั้นด้วยการอธิษฐานและเราต้องไม่รับเอาความสนุกสนานฝ่ายโลกเข้ามาและไม่โกรธเคือง เมื่อเราทำสิ่งนี้อย่างถูกต้อง พระเจ้าจะประทานคำตอบและพระพรให้กับเราในเวลาที่เหมาะสมที่สุดในแนวทางของพระองค์

จิตใจที่ไม่แปรเปลี่ยนซึ่งทำตามคำปฏิญาณ

แม้เขาจะให้คำปฏิญาณ อย่างหนักแน่น แต่บ่อยครั้งผู้คนจะไม่รักษาคำสัญญาของตนถ้าเขาคิดว่าสิ่งนั้นจะไม่เป็นประโยชน์กับเขา เขาเปลี่ยนแผนอยู่บ่อยครั้งตามสถานการณ์ เขาอาจรักษาคำสัญญาที่เขาเห็นว่ามีความสำคัญ แต่เขาจะไม่รักษาคำสัญญาใด ๆ ที่เขาเห็นว่ามีความสำคัญเพียงเล็กน้อย ถ้าท่านละเลยต่อสิ่งหรือคำสัญญาเล็ก ๆ น้อย ๆ เมื่อเวลาผ่านไปท่านจะไม่สนใจกับการรักษาคำสัญญาที่สำคัญ คนเช่นนี้จะไม่ได้รับความไว้วางใจจากพระเจ้าและไม่ได้รับความไว้วางใจในความสัมพันธ์กับคนอื่น

ผู้คนที่ยำเกรงพระเจ้าอย่างแท้จริงจะไม่รักษาเฉพาะคำสัญญาที่เขาทำไว้กับคนอื่น แต่เขาจะรักษาคำสัญญาที่ทำไว้กับตนเองด้วยเช่นกัน เขาจะทำตามคำสัญญาที่ให้ไว้ต่อพระพักตร์พระเจ้าอย่างแน่นอน

เฉลยธรรมบัญญัติ 23:21-23 กล่าวว่า "เมื่อท่านปฏิญาณต่อพระเยโฮวาห์พระเจ้าของท่าน ท่านอย่าละเลยไม่ทำตามคำปฏิญาณนั้น เพราะว่าพระเยโฮวาห์พระเจ้าของท่านจะทรงเรียกเอาจากท่านเป็นแน่ และท่านจะมีบาป แต่ถ้าท่านงดไม่ปฏิญาณท่านก็จะไม่มีบาป ถ้อยคำที่ผ่านออกมาจากริมฝีปากของท่าน ท่านจงระวังที่จะรักษาและกระทำตาม เป็นเครื่องบูชาด้วยใจสมัคร

ตามที่ท่านได้ปฏิญาณต่อพระเยโฮวาห์พระเจ้าของท่าน ซึ่งท่านสัญญาไว้ด้วยปากของท่านแล้ว" ถ้าท่านไม่ทำตามสิ่งที่ท่านได้ปฏิญาณกับพระเจ้าเอาไว้ สิ่งนั้นจะกลายเป็นกำแพงแห่งความบาปขนาดใหญ่ต่อพระเจ้าเพราะนั่นเป็นการเยาะเย้ยพระองค์ แต่พระเจ้าทรงประทานคำตอบให้กับผู้คนที่รักษาสิ่งที่ตนปฏิญาณไว้อย่างรวดเร็ว

เยฟธาห์ปฏิญาณตนกับพระเจ้าก่อนเดินทางไปทำสงครามกับคนอัมโมนเพื่อชัยชนะของอิสราเอลว่า "ถ้าพระองค์ทรงมอบคนอัมโมนไว้ในมือของข้าพระองค์แล้ว อะไรก็ตามที่ออกมาจากประตูเรือนของข้าพระองค์เพื่อต้อนรับข้าพระองค์เมื่อข้าพระองค์กลับมาจากคนอัมโมนนั้นด้วยความสงบแล้ว สิ่งนั้นจะต้องเป็นของของพระเยโฮวาห์ และข้าพระองค์จะถวายสิ่งนั้นเป็นเครื่องเผาบูชา" (ผู้วินิจฉัย 11:30-31) พระเจ้าทรงตอบคำอธิษฐานปฏิญาณตนของท่านและประทานชัยชนะให้กับคนอิสราเอล เยฟธาห์กลับมาบ้านด้วยความชื่นชมยินดี

แต่คนแรกที่ออกมาจากประตูเรือนของท่านเพื่อต้อนรับท่านคือบุตรสาวเพียงคนเดียวของท่าน เธอออกมาพบท่านและต้อนรับท่านด้วยรำมะนาและการเต้นรำ เธอดูน่ารัก เมื่อเห็นบุตรสาวของตนเยฟธาห์จึงกล่าวว่า "อนิจจา ลูกสาวเอ๋ย เจ้าให้พ่อแย่แล้ว เพราะเจ้าเป็นเหตุให้พ่อเดือดร้อนมากยิ่ง เพราะพ่อได้อ้าปากกล่าวต่อพระเยโฮวาห์ไว้แล้ว จะคืนคำก็ไม่ได้" (ผู้วินิจฉัย 11:35)

ท่านให้คุณค่ากับคำปฏิญาณที่ท่านให้ไว้ต่อพระพักตร์พระเจ้ามากกว่าชีวิตของบุตรสาวสุดที่รักของท่าน ดังนั้นท่านจึงทำตามที่ท่านปฏิญาณเอาไว้ พระเจ้าทรงตอบคำอธิษฐานของคนที่มีความซื่อตรงและไม่มีความเท็จอยู่ในจิตใจของเขา ดังนั้นเราควรทูลขอพระองค์ด้วยความจริงใจและรักษาคำปฏิญาณที่เราทำต่อหน้าพระพักตร์พระเจ้าเอาไว้

ชีวิตของการเดินไปกับพระเจ้า

พระเจ้าทรงสถิตอยู่กับผู้คนที่ประพฤติตามน้ำพระทัยของพระองค์และทรงปกป้องเขา พระเยซูตรัสไว้ในยอห์น 8:29 ว่า "และพระองค์ผู้ทรงใช้เรามาก็ทรงสถิตอยู่กับเรา พระบิดามิได้ทรงทิ้งเราไว้ตามลำพัง เพราะว่าเราทำตามชอบพระทัยพระองค์เสมอ" เพราะพระเยซูทรงทำให้พระเจ้าพอพระทัยอยู่เสมอในทุกสิ่งพระเจ้าจึงทรงดำเนินไปกับพระเยซูเพื่อพระองค์จะสามารถทำให้น้ำพระทัยของพระเจ้าสำเร็จอย่างสมบูรณ์ ถ้าเช่นนั้น พระเยซูได้รับพระพรเหล่านั้นได้อย่างไร

ประการแรก พระเยซูทรงถ่อมพระองค์ลงและทรงเชื่อฟังพระเจ้าอย่างไม่มีเงื่อนไข

เหมือนที่กล่าวไว้ในยอห์น 1:3 ว่า "พระองค์ทรงสร้างสิ่งทั้งปวงขึ้นมา และในบรรดาสิ่งที่เป็นมานั้น ไม่มีสักสิ่งเดียวที่ได้เป็นมานอกเหนือพระองค์" พระเยซูทรงเป็นหนึ่งเดียวกันกับพระเจ้าพระผู้สร้าง แต่พระองค์ไม่ทรงเห็นว่าการเท่าเทียมพระเจ้าเป็นสิ่งที่ต้องยึดถือ แต่พระองค์ทรงรับสภาพเป็นทาสและ

เสด็จเข้ามาในโลกนี้เพื่อทำให้น้ำพระทัยของพระเจ้าสำเร็จและทรงถ่อมพระองค์ลงด้วยการเชื่อฟังจนถึงความมรณาแม้กระทั่งการยอมถูกตรึงด้วยน้ำมือของคนบาป ดังนั้นพระเจ้าจึงตรัสถึงพระเยซูผู้เชื่อฟังพระองค์ว่า "ท่านผู้นี้เป็นบุตรที่รักของเรา เราชอบใจท่านมาก" (มัทธิว 3:17) พระเจ้าทรงจัดเตรียมทุกสิ่งไว้ให้กับพระเยซูและทรงกระทำการเพื่อพระองค์

ประการที่สอง พระเยซูทรงยอมรับน้ำพระทัยของพระเจ้าอย่างสมบูรณ์และทรงกระทำตามน้ำพระทัยนั้น
1 เปโตร 2:22-23 กล่าวว่า "พระองค์ไม่ได้ทรงกระทำบาปเลย และไม่ได้พบอุบายในพระโอษฐ์ของพระองค์เลย เมื่อเขากล่าวคำหยาบคายต่อพระองค์ พระองค์ไม่ได้ทรงกล่าวตอบเขาด้วยคำหยาบคายเลย เมื่อพระองค์ทรงทนทุกข์ พระองค์ไม่ได้ทรงมาดร้าย แต่ทรงมอบเรื่องของพระองค์ไว้แด่พระเจ้าผู้ทรงพิพากษาอย่างชอบธรรม" และฟีลิปปี 2:8 กล่าวว่า "และเมื่อทรงปรากฏพระองค์ในสภาพมนุษย์แล้ว พระองค์ก็ทรงถ่อมพระองค์ลงยอมเชื่อฟังจนถึงความมรณา กระทั่งความมรณาที่กางเขน" เราสามารถรู้จากสิ่งเหล่านี้ว่าพระเยซูทรงกระทำทุกอย่างตามน้ำพระทัยของพระเจ้าเท่านั้น

ประการที่สาม พระเยซูทรงกระทำทุกอย่างด้วยการพึ่งพิงพระคำของพระเจ้าเท่านั้น
เมื่อมารพยายามที่จะทดลองพระเยซู พระองค์ทรงผ่านการทดลองทุกอย่างด้วยการพึ่งพิงพระคำของพระเจ้า (มัทธิว 4:1-11)

ในมัทธิวบททึ 26 ยูดาสเดินทางมาพร้อมกับฝูงชนจำนวนมากซึง มาจากพวกปุโรหิตใหญ่และพวกผู้ใหญ่แห่งประชาชนเพือจะมาจับกุมพระเยซู จากนันเปโตรได้ชักดาบออกมาฟันหูของผู้รับใช้คนหนึงของมหาปุโรหิตขาด พระเยซูตรัสกับเขาว่า “ท่านคิดว่าเราจะอธิษฐานขอพระบิดาของเรา และในบัดเดียวนันพระองค์จะทรงประทานทูตสวรรค์แก่เรากว่าสิบสองกองไม่ได้หรือ แต่ถ้าเป็นเช่นนันพระคัมภีร์ทีว่า ‘จำจะต้องเป็นอย่างนี จะสำเร็จได้อย่างไร’” (มัทธิว 26:53-54)

พระองค์ทรงทำให้น้ำพระทัยของพระเจ้าสำเร็จอย่างสมบูรณ์ด้วยการทำตามพระคำของพระเจ้าไม่ว่าจะอยู่ในสถานการณ์ใดก็ตาม เมือเราทำตามน้ำพระทัยของพระเจ้าทีพระองค์ทรงพอพระทัยเหมือนทีพระเยซูทรงกระทำ พระเจ้าจะทรงสถิตอยู่กับเราเสมอ

ตอนที่ 3

คำตอบมาจากพระเจ้า

กฎแห่งความหวัง|เพื่อตอบสนองความปรารถนาแห่งจิตใจของเรา|คำพูดแง่บวกแห่งความเชื่อ|จงขอบพระคุณองค์พระผู้เ
ป็นเจ้า|ผู้คนที่รอคอยองค์พระผู้เป็นเจ้า|ความช่วยเหลือที่แท้จริง|ความจริงใจของเครื่องเผาบูชานับพัน|เหตุผลที่เราไม่ได้รั
บคำตอบ|เมื่อท่านเชื่อฟังด้วยการพึ่งพระคำ

"สิ่งใดที่ท่านทั้งหลายจะขอในนามของเรา
เราจะกระทำสิ่งนั้น เพื่อว่าพระบิดาจะทรงได้รับ
เกียรติทางพระบุตร"
(ยอห์น 14:13)

กฎแห่งความหวัง

ยาโคบและเอซาวเป็นพี่น้องฝาแฝด เอซาวผู้เป็นพี่ชายเป็นพรานล่าสัตว์ ส่วนยาโคบน้องชายอาศัยอยู่ในเต็นท์และช่วยเหลือแม่ของตน ยาโคบเป็นคนช่างฝันตั้งแต่เขายังอยู่ในวัยเด็ก วันหนึ่งในขณะที่ยาโคบกำลังต้มผักแดงอยู่ เอซาวกลับมาจากล่าสัตว์ที่ทุ่งนาและอ่อนกำลังเพราะความหิว เขาจึงขอกินต้มผักแดงจากยาโคบ ยาโคบบอกให้เขาขายสิทธิบุตรหัวปีให้กับยาโคบเพื่อแลกเปลี่ยนกับต้มผักแดง เอซาวยอมตกลงขายสิทธิบุตรหัวปีให้กับยาโคบเพื่อเห็นแก่ความอิ่มท้องเพียงชั่วครู่

ต่อมาเมื่ออิสอัคเริ่มแก่ตัวลง ท่านได้เรียกหาเอซาวบุตรชายคนโตของท่าน ท่านบอกให้เอซาวไปหาเนื้อมาทำอาหารให้ท่านรับประทานและท่านพูดว่าจากนั้นท่านจะได้อวยพรเขา นางเรเบคาห์ภรรยาของอิสอัคได้ยินถึงเรื่องนี้ เธอตัดสินใจที่จะหลอกสามีของตนซึ่งสายตาเริ่มพร่ามัวและช่วยให้ยาโคบบุตรชายคนที่สองของเธอได้รับพระพรของบุตรหัวปี ต่อมาภายหลังเอซาวค้นพบว่ายาโคบได้แย่งเอาพระพรของเขาไปและเขาตัดสินใจที่จะฆ่ายาโคบ

ยาโคบหนีออกจากบ้านเมืองของตนเพื่อไปอาศัยอยู่ที่เมืองฮ

ารานซึ่งลาบันลุงของท่านอาศัยอยู่ที่นั่น หลังจากท่านรับใช้ลาบั
นอย่างขยันขันแข็งยาโคบบอกกับลาบันว่าท่านจะกลับไปบ้าน แต่ลาบันขอร้องให้ยาโคบ (ซึ่งเป็นคนที่ขยันขันแข็งและฉลาดหลั กแหลม) ทำงานอยู่กับตนต่อไปอีกสักพักและจะกำหนดค่าจ้างให้ กับท่าน ยาโคบเสนอกับลาบันในวันนั้นว่าท่านจะตรวจดูฝูงสัตว์ข องลาบันทั้งฝูงและจะคัดแกะที่มีจุดและด่างทุกตัวออกจากฝูงและ คัดแกะดำทุกตัวออกจากฝูงแกะและแพะด่างกับที่มีจุดออกจากฝูง แพะและให้สัตว์ที่ถูกคัดออกจากฝูงเหล่านั้นเป็นค่าจ้างของยาโคบ ลาบันเห็นว่าไม่มีเหตุผลใดที่จะปฏิเสธข้อเสนอดังกล่าวเพราะเขา รู้ว่าข้อเสนอนั้นจะเป็นประโยชน์กับเขามากกว่า

เหตุใดยาโคบจึงให้คำแนะนำเช่นนั้น พระเจ้าทรงเฝ้าดูลาบันที่ เห็นแก่ความโลภและประโยชน์ส่วนตัวของเขาและยาโคบผู้ที่รับใ ช้เขาด้วยความจริงใจ ดังนั้นพระเจ้าจึงประทานสติปัญญาให้กับย าโคบเพื่อท่านจะได้รับพระพร ยาโคบเอากิ่งไม้สดจากต้นกำยาน ต้นอัลมอนด์ และต้นปอตูบหูช้างมาปอกเปลือกออกเป็นรอยข าว ๆ ให้เห็นไม้สีขาว และท่านวางไม้ที่ปอกเปลือกไว้ในร่องต รงหน้าฝูงสัตว์ คือในรางน้ำที่ฝูงสัตว์มากินน้ำ เพื่อให้ฝูงสัตว์เ ห็นไม้ที่ปอกเปลือกนั้นเมื่อมันผสมพันธุ์กัน หรือเมื่อมันตั้งท้อง หรือเมื่อมันมากินน้ำ สิ่งที่น่าประหลาดใจก็คือฝูงสัตว์เหล่านั้นตั้งท้ องและมีลูกที่มีลาย มีด่าง มีจุดเมื่อมันเห็นไม้ที่ปอกเปลือกนั้น

ยาโคบวางไม้ที่ปอกเปลือกไว้เฉพาะในยามที่แกะและแพะ ที่แข็งแรงในฝูงผสมพันธุ์กัน ด้วยวิธีนี้สัตว์ที่แข็งแรงจึงตกเป็น ของยาโคบและสัตว์ที่อ่อนแอตกเป็นของลาบัน เราเรียกสิ่งนี้ว่า "ความหวังของฤดูใบไม้ผลิ" หรือ "กฎแห่งความหวัง"

เหมือนทีกล่าวไว้ในฮีบรู 11:1 ว่า “บัดนี้ความเชือคือความแน่ใจในสิงทีเราหวังไว้” สิงทีหวังไว้ไม่ใช่สิงทีประจักษ์แก่ตาในปัจจุบัน แต่สิงเหล่านันจะปรากฏเป็นจริงเมือเรารักษาความหวังเอาไว้

ท่านมีความหวังในสิงใด บุตรของพระเจ้าควรมีความหวังในเรืองสวรรค์นิรันดร์ ดังนันท่านต้องอธิษฐานเพือให้วิญญาณจิตของท่านจำเริญขึน ประพฤติตามพระคำของพระเจ้า กำจัดความชัวทิงไป และมีลักษณะเหมือนองค์พระผู้เป็นเจ้า ท่านต้องมองไปยังพระพรทีพระเจ้าจะประทานให้ในธุรกิจ ในทีทำงาน และในครอบครัวด้วยสายตาแห่งความเชือ เมือท่านต้องการให้ครอบครัวของท่านหรือลูก ๆ ของท่านเปลียนแปลง ท่านต้องมองดูคนเหล่านันด้วยความเชือและทำตามความดีและความจริงด้วยเช่นกัน จากนันพระเจ้าจะทรงตอบสนองความปรารถนาแห่งจิตใจของท่านตามความเชือของท่าน

เพื่อตอบสนองความปรารถนาแห่งจิตใจของเรา

นิทานเรื่องตะเกียงวิเศษเล่าไว้ว่าเมื่อมีคนเอามือไปถูตะเกียงสามครั้งจะมีภูตตัวหนึ่งออกมาจากตะเกียงนั้นและตอบสนองความปรารถนาแห่งจิตใจของเขาสามอย่าง นี่เป็นเรื่องเล่าที่มนุษย์แต่งขึ้น แต่ก็สามารถใช้เป็นอุทาหรณ์ได้สำหรับคนที่เป็นบุตรของพระเจ้า ทุกคนที่เชื่อในพระเจ้าและประพฤติตามพระคำของพระองค์ก็จะได้รับคำตอบต่อคำอธิษฐานของตน เราจะได้รับคำตอบไม่ใช่เพียงแค่สามครั้ง แต่หลายครั้งตามที่เราต้องการ ถ้าเช่นนั้น เราจะดำเนินชีวิตคริสเตียนอย่างไรเพื่อทำให้ความปรารถนาแห่งจิตใจของเราได้รับการตอบสนอง

ประการแรก เราต้องตรวจสอบจิตใจของเรา
บางคนเคยเชื่อถือในเรื่องโชคลาง หรือในความสามารถหรือในตะลันต์ส่วนตัวของเขา แต่เขามาพบพระเจ้าเมื่อเขาเผชิญกับปัญหาบางอย่างที่เขาไม่มีวันแก้ไขได้ บางคนเพียงแต่มีความหวังอย่างคลุมเครือว่าเขาอาจแก้ปัญหาของตนได้ถ้าเขาอธิษฐาน บางคนถึงกับสงสัยโดยคิดว่า "ปัญหานี้จะได้รับคำตอบจริง

ๆ เหรอ" พระเจ้าทรงทอดพระเนตรดูจิตใจภายในของเรา ดังนั้นเราต้องตรวจสอบจิตใจของเราเพื่อให้ได้รับคำตอบ เราควรตรวจสอบดูว่าเราเชื่อในพระเจ้าจริงหรือไม่ หรือว่าเราสงสัย หรือว่าเราคาดหวังที่จะมี "โชคลาภ" บางอย่างหรือไม่ เราจะได้รับคำตอบก็ต่อเมื่อเรามาหาพระเจ้าด้วยความเชื่อเท่านั้น

ประการที่สอง เราต้องตรวจสอบดูว่าเรามีความแน่ใจในความรอดหรือไม่

ถ้าท่านเชื่อจากจิตใจของท่านว่าพระเจ้าได้ทรงทำให้พระเยซูเป็นขึ้นมาจากความตายและยอมรับด้วยปากของท่านว่าพระเยซูทรงเป็นองค์พระผู้เป็นเจ้า ท่านก็จะได้รับสิทธิของการเป็นบุตรของพระเจ้าและความแน่ใจในความรอดก็จะเกิดขึ้นกับท่าน (โรม 10:9-10) ผู้คนที่มีความแน่ใจในความรอดเช่นนี้จะทำตามน้ำพระทัยของพระเจ้าโดยธรรมชาติและพระเจ้าจะทรงตอบสนองความปรารถนาแห่งจิตใจของเขา ถ้าท่านไม่ได้รับคำตอบจากพระเจ้าแม้ท่านจะอธิษฐาน ท่านต้องตรวจสอบดูว่าท่านมีความแน่ใจในความรอดหรือไม่ นอกจากนั้น ท่านควรตรวจสอบดูว่าท่านมีกำแพงแห่งความบาปต่อสู้กับพระเจ้าหรือไม่ ถ้าท่านได้ทำสิ่งหนึ่งสิ่งใดที่ขัดแย้งกับพระคำของพระเจ้า ท่านจะได้รับคำตอบในสิ่งที่ท่านอธิษฐานขอก็ต่อเมื่อท่านกลับใจจากสิ่งเหล่านั้นแล้วเท่านั้น

ประการที่สาม เราต้องสำแดงการประพฤติที่พอพระทัยพระเจ้า

เมื่อลูกเติบโตขึ้นเขาเริ่มเรียนรู้ที่จะทำให้พ่อแม่ของตนพอใจเช่นเดียวกัน ยิ่งเราเรียนรู้ความจริงมากขึ้นเท่าใด เราก็สามารถท

ำให้พระเจ้าพอพระทัยมากยิ่งขึ้นเท่านั้น สดุดี 37:4 กล่าวว่า "จงปีติยินดีในพระเยโฮวาห์และพระองค์จะประทานตามใจปรารถนาของท่าน" ข้อความที่ว่า "จงปีติยินดีในพระเยโฮวาห์" ในข้อนี้หมายความว่าเราควรชื่นชมกับความปีติยินดีที่พระเจ้าประทานให้ซึ่งเป็นความยินดีที่แท้จริงซึ่งได้แก่ความยินดีฝ่ายวิญญาณ เพื่อจะทำเช่นนั้นเราต้องเป็นที่พอพระทัยพระเจ้า

พระเจ้าทรงพอพระทัยกับการนมัสการและการอธิษฐานที่นำมาถวายด้วยจิตใจ การทำดี การให้ทาน การถวาย การประกาศพระกิตติคุณ และการร้องเพลงสรรเสริญ (สดุดี 51:19; สดุดี 69:30-31; กิจการ 10:4; 2 โครินธ์ 9:7; 1 เธสะโลนิกา 2:4) เหนือสิ่งอื่นใด พระองค์ทรงปีติยินดีในความเชื่อของเรา (ฮีบรู 11:6) เมื่อเราทำให้พระเจ้าพอพระทัยด้วยการประพฤติแห่งความเชื่อที่สมบูรณ์ พระเจ้าจะทรงตอบสนองความปรารถนาแห่งจิตใจของเราแม้เรายังไม่ได้ทูลขอความปรารถนาเหล่านั้นออกมา

คำพูดแง่บวกแห่งความเชื่อ

ผู้คนใช้คำพูดมากมายในแต่ละวัน เขาหนุนใจคนอื่นด้วยคำพูดอ่อนโยนหรือทำลายความรู้สึกของคนอื่นด้วยคำพูดรุนแรง บางคนตกอยู่ในความยากลำบากเพราะคำพูดที่เขาโพล่งออกมา บิดาแห่งความเชื่อหลายคนในพระคัมภีร์ได้รับคำตอบด้วยการกล่าวถ้อยคำแห่งความเชื่อของตน

พระเจ้าตรัสกับคนอิสราเอลหลายครั้งว่าพระองค์จะประทานแผ่นดินคานาอันที่ไหลบริบูรณ์ไปด้วยน้ำผึ้งและน้ำนมให้กับเขา วันหนึ่งคนอิสราเอลส่งผู้สอดแนมสิบสองคนไปสำรวจดูแผ่นดินก่อนที่เขาจะเข้าไปสู่แผ่นดินคานาอัน ผู้สอดแนมสิบคนรายงานในแง่ลบและในที่สุดเขาก็ตายในถิ่นทุรกันดาร แต่โยชูวากับคาเลบรายงานในแง่บวกเพราะเขาเชื่อในพระเจ้าผู้ยิ่งใหญ่ การรายงานในแง่บวกเช่นนั้นทำให้ทั้งสองคนได้เข้าไปสู่แผ่นดินคานาอัน (กันดารวิถี 14:7-9, 30) เช่นเดียวกับบุคคลทั้งสองนี้ ผู้คนที่มีความเชื่อที่แท้จริงจะไม่โทษสภาพแวดล้อม แต่เขาจะมองเห็นฤทธิ์อำนาจของพระเจ้าและใช้คำพูดในแง่บวกอย่างต่อเนื่อง ถ้าเช่นนั้นเพราะเหตุใดคำตอบจึงขึ้นอยู่กับการกล่าวถ้อยคำแห่งริมฝีปาก

ประการแรก เพราะพระวิญญาณบริสุทธิ์ทรงกระทำการในคำพูดแห่งความเชื่อ

พระวิญญาณบริสุทธิ์ที่สถิตอยู่ภายในเราจะพอพระทัยเมื่อเราสรรเสริญพระเจ้า อธิษฐาน และพูดถ้อยคำแห่งความเชื่อ เมื่อเราทำสิ่งที่พระวิญญาณทรงพอพระทัยเราก็สามารถมีประสบการณ์กับฤทธิ์อำนาจของพระองค์ เมื่อเราขอบพระคุณสำหรับพระคุณแห่งความรอดของพระเยซูคริสต์และพูดถ้อยคำแห่งความเชื่ออยู่ตลอดเวลา เราก็จะได้รับคำตอบสำหรับทุกสิ่งที่เราทูลขอในการทำงานของพระวิญญาณบริสุทธิ์

ประการที่สอง คำพูดสามารถเปลี่ยนแปลงเรา

ศูนย์ควบคุมการพูดของร่างกายของมนุษย์ยังทำหน้าที่ควบคุมประสาททุกส่วนของร่างกายด้วยเช่นกัน เพราะเหตุนี้ บุคลิกภาพของคนหรือชีวิตของเขาจึงถูกเปลี่ยนแปลงด้วยสิ่งที่เขาพูด พระคัมภีร์กล่าวว่าคำพูดเป็นเหมือนบังเหียนที่ปากม้าและเป็นเหมือนหางเสือเรือ พระคัมภีร์ยังเปรียบเทียบว่าคำพูดเป็นเหมือนไฟนิดเดียวที่สามารถเผาไหม้ทั้งป่าได้เช่นกัน (ยากอบ 3:2-6)

ผู้คนใส่บังเหียนที่ปากม้าเพื่อจะควบคุมทิศทางและความเคลื่อนไหวของม้า เช่นเดียวกัน จุดหมายปลายทางของมนุษย์ขึ้นอยู่ลิ้นเล็ก ๆ ที่อยู่ในปากของเขา เพราะเหตุนี้พระคัมภีร์จึงเปรียบเทียบบังเหียนสำหรับม้ากับคำพูดที่ออกมาจากริมฝีปากของเราเหมือนที่บันทึกไว้ในสุภาษิต 18:21 ว่า "ความตายและความเป็นอยู่ที่อำนาจของลิ้น และบรรดาผู้ที่รักมันก็จะกินผลของมัน" เราควรรู้ว่าคำพูดเพียงคำเดียวของเราสามารถส่งผลกระทบต่อชีวิตของเราได้มากเพียงใด

พระเจ้าทรงสถิตอยู่กับผู้คนที่ประพฤติตามความจริง ดังนั้นเมื่อเรารักษาพระคำของพระองค์ซึ่งเป็นความจริงเอาไว้ พระองค์ก็จะทรงสำแดงการทำงานอย่างอัศจรรย์ให้ปรากฏ (โรม 10:8-10) แต่คำพูดในแง่ลบหรือคำพูดแห่งความขุ่นเคืองหรือการโอดครวญจะรบกวนการทำงานของพระวิญญาณ ด้วยเหตุนี้ อย่าพูดว่า "มันเป็นไปไม่ได้" หรือ "มันยากเกินไป" แต่จงพูดว่า "ข้าพเจ้ากระทำทุกสิ่งได้โดยพระคริสต์ผู้ทรงเสริมกำลังข้าพเจ้า" (ฟีลิปปี 4:13) เมื่อท่านทำเช่นนั้นแล้ว ผมหวังว่าท่านจะมีประสบการณ์กับการทำงานของพระเจ้าอยู่ตลอดเวลา

จงขอบพระคุณองค์พระผู้เป็นเจ้า

เยโฮซาฟัทเป็นกษัตริย์องค์ที่สี่แห่งอาณาจักรยูดาห์ทางทิศใต้และท่านรักพระเจ้า วันหนึ่งคนโมอับและคนอัมโมนยกทัพมาทำสงครามกับเยโฮซาฟัท ท่านประกาศให้มีการอดอาหารทั่วทั้งยูดาห์และแสวงหาการช่วยเหลือจากพระเจ้า หลังจากได้รับคำตอบจากพระเจ้าว่าพระองค์จะประทานชัยชนะให้กับท่าน เยโฮซาฟัทชื่นชมยินดีร่วมกับประชากรของท่านและได้สรรเสริญพระเจ้า วันต่อมาท่านได้แต่งตั้งให้ผู้คนที่ร้องเพลงถวายแด่พระเจ้าโดยให้เขาแต่งกายด้วยเครื่องประดับแห่งความบริสุทธิ์และให้เดินนำหน้ากองทัพพร้อมกับร้องเพลงสรรเสริญพระเจ้า

พระเจ้าทรงกระทำการเพื่อประชาชนแห่งยูดาห์ซึ่งได้สำแดงความเชื่อภายใต้สถานการณ์ที่ล่อแหลมเช่นนั้น ดังนั้นพวกศัตรูของเขาจึงลุกขึ้นฆ่าฟันกันเอง เมื่อเยโฮซาฟัทและประชาชนของพระองค์มาเก็บของที่ริบจากเขาทั้งหลายพร้อมกับศพทั้งหลายนั้น เขาพบสิ่งของเป็นจำนวนมากทั้งทรัพย์สมบัติและเพชรพลอยต่าง ๆ ซึ่งเขาเก็บมามากสำหรับตัวจนขนไปไม่ไหว เขาเก็บของที่ริบได้เหล่านั้นสามวัน เพราะสิ่งของมีจำนวนมากมายเหลือเกิน

ถ้าเราชื่นชมยินดี ขอบพระคุณ และพึ่งพิงพระเจ้าเมื่อเราพบกั

บความยากลำบากเหมือนที่เยโฮซาฟัทได้กระทำ ความยากลำบากก็จะหมดไปและพระพรจะหลั่งไหลมาเหนือเรา ถ้าเช่นนั้น เหตุใดเราจึงต้องขอบพระคุณพระเจ้าในสถานการณ์เช่นนั้น

ประการแรก เพราะพระองค์ทรงกระทำสิ่งที่เป็นไปไม่ได้ให้เป็นไปได้สำหรับเรา

แนวทางที่ดีที่สุดที่จะออกจากสถานการณ์ที่ล่อแหลมคือการขอบพระคุณพระเจ้า การขอบพระคุณพระเจ้าคือกุญแจที่จะนำเอาฤทธิ์อำนาจอันยิ่งใหญ่ของพระเจ้าลงมาจากเบื้องบน เปาโลและสิลาสไม่ได้บ่นหรือโกรธแค้นเมื่อท่านทั้งสองคนถูกจำคุกเพราะเห็นการประกาศพระกิตติคุณ ตรงกันข้าม ทั้งสองขอบพระคุณและสรรเสริญพระเจ้า จากนั้นก็เกิดแผ่นดินไหวใหญ่ขึ้นมาทันทีจนรากคุกสะเทือนสะท้าน ในเวลาเดียวกันประตูทุกบานก็เปิดออกและเครื่องจองจำก็หลุดจากเขาสิ้นทุกคน (กิจการ 16)

ผีมารซาตานวนเวียนอยู่รอบ ๆ ดุจสิงโตคำรามโดยเที่ยวไปเสาะหาคนที่มันจะกัดกินได้และทำให้เราบ่น แต่เมื่อเราเชื่อในพระเจ้าผู้ทรงทำได้ทุกสิ่งและขอบพระคุณพระองค์ พระเจ้าก็จะทรงทำให้เราจำเริญสุขทุกประการ

ประการที่สอง เพราะการขอบพระคุณสำหรับสิ่งสารพัดอยู่เสมอเป็นน้ำพระทัยของพระเจ้า

เอเฟซัส 5:20 กล่าวว่า "จงขอบพระคุณพระเจ้าคือพระบิดาสำหรับสิ่งสารพัดเสมอ ในพระนามพระเยซูคริสต์องค์พระผู้เป็นเจ้าของเรา" ด้วยเหตุนี้ เราควรขอบพระคุณพระเจ้าอยู่เสมอในทุกสถานการณ์ คำว่า "ทุกสถานการณ์" ไม่ได้หมายถึงสถานการณ์ที่น่าชื่นชมเท่านั้น แต่ยังหมายถึงความยากลำบากด้วยเช่นกัน เราสามารถขอบพระคุณแม้สำหรับความยากลำบากเพราะเราเชื่อว่าพระเ

จ้าผู้ประเสริฐของเราจะสถิตอยู่กับเราตลอดไปและเราเชื่อเช่นกันว่าพระเจ้าทรงทำให้เราเกิดผลอันดีในทุกสิ่ง (โรม 8:28)

ประการที่สาม เพราะพระองค์ทรงประทานความหวังนิรันดร์ในเรื่องสวรรค์ให้กับเรา

ผู้คนที่เชื่อในพระเยซูคริสต์สามารถชื่นชมยินดีและขอบพระคุณภายใต้ทุกสถานการณ์เพราะเขามีความหวังในเรื่องสวรรค์ที่พระเจ้าประทานให้ นับเป็นเรื่องที่น่าสุขใจและน่าขอบพระคุณอย่างมากทีเดียวที่เราได้รับพระสัญญาที่ว่าเราจะได้อาศัยอยู่ในความงดงามของสวรรค์ชั่วนิจนิรันดร์ซึ่งที่นั่นไม่มีน้ำตา ความโศกเศร้า ความเจ็บปวด และความตายหลังจากชีวิตที่เปรอะเปื้อนด้วยความบาปและความชั่วในโลกนี้สิ้นสุดลง

ประการที่สี่ เพราะพระเจ้าทรงสถิตอยู่กับเราเสมอ

ในขณะที่พระเจ้าทรงมอบดวงอาทิตย์และน้ำฝนให้กับมนุษย์ทุกคนอย่างเท่าเทียมกันโดยพระคุณของพระองค์ การปกป้องของพระเจ้าในอุบัติเหตุและอันตรายคือพระคุณพิเศษที่พระองค์ทรงมอบให้กับบุตรของพระเจ้าเท่านั้น เมื่อเขาเดินทางผิดพระเจ้าทรงช่วยให้บุตรที่รักของพระองค์สำนึกตัวเพื่อเขาจะสามารถหันกลับจากทางที่ผิดของตน ถ้าเขาไม่หันกลับ บางครั้งพระองค์ทรงให้การลงโทษกับเขา แต่สิ่งนี้อยู่ในความรักของพระเจ้าผู้ทรงต้องการนำเขาไปสู่หนทางแห่งชีวิตเช่นกันเพื่อเขาจะสามารถขอบพระคุณพระเจ้า การขอบพระคุณพระเจ้าคือน้ำพระทัยของพระองค์ การขอบพระคุณคือกุญแจที่ไขไปสู่การอัศจรรย์ที่ทำให้สิ่งที่เป็นไปไม่ได้สามารถเป็นไปได้ และการขอบพระคุณคือทางลัดไปสู่พระพร ดังนั้นผมหวังว่าท่านจะขอบพระคุณไม่ว่าจะอยู่ในสถานการณ์ใดก็ตาม

ผู้คนที่รอคอยองค์พระผู้เป็นเจ้า

บ า ง ค น ชื่ น ช น กั บ ค ว า ม มั่ ง คั่ ง แต่บางครั้งเขาพบกับความยากลำบาก บ่อยครั้งเขารู้สึกทุกข์ใจและเสียกำลังใจเพราะปัญหาที่เกิดขึ้นนั้นยากต่อการแก้ไข พระคัมภีร์บอกเราเกี่ยวกับหนทางที่จะได้รับกำลังใหม่ในทุกกรณีหรือทุกสถานการณ์

อิสยาห์ 40:31 กล่าวว่า "แต่เขาทั้งหลายผู้รอคอยพระเยโฮวาห์จะเสริมเรี่ยวแรงใหม่ เขาจะบินขึ้นด้วยปีกเหมือนนกอินทรี เขาจะวิ่งและไม่เหน็ดเหนื่อย เขาจะเดินและไม่อ่อนเปลี้ย" เมื่อเราเป็นคนที่รอคอยองค์พระผู้เป็นเจ้า พระเจ้าจะไม่ทรงทอดทิ้งเราให้อยู่คนเดียว แต่พระองค์จะประทานกำลังและฤทธิ์อำนาจให้กับเราเพื่อเราจะสามารถแก้ปัญหาที่ยุ่งยากได้ ขอให้เราเจาะลึกลงไปยังลักษณะของผู้คนที่รอคอยองค์พระผู้เป็นเจ้า

ประการแรก คนเหล่านี้จะเข้าสนิทอยู่ในพระคำของพระเจ้า

การ "รอคอย" พระเจ้าหมายถึงการปรารถนาที่จะพบกับพระเจ้าผู้ทรงพระชนม์อยู่อย่างจริงจัง ด้วยเหตุนี้ ผู้คนที่รอคอยองค์พร

ะผู้เป็นเจ้าจะมีความสุขกับการอ่านและฟังพระคำของพระเจ้าและการรักษาพระคำนั้นไว้ในจิตใจของตน คนเหล่านี้ชอบประพฤติตามพระคำด้วยเช่นกัน เนื่องจากพระคำของพระเจ้าบรรจุไว้ซึ่งพระทัยและน้ำพระทัยของพระเจ้า คนเหล่านี้จึงรักษาและประพฤติตามพระคำ เขาจะเป็นเหมือนต้นไม้ที่ปลูกไว้ริมธารน้ำซึ่งออกผลตามฤดูกาลและใบก็ไม่เหี่ยวแห้ง การทุกอย่างที่เขากระทำก็จะจำเริญขึ้น

ประการที่สอง คนเหล่านี้สื่อสารกับพระเจ้าในการอธิษฐาน

เหล่าบิดาแห่งความเชื่อสื่อสารกับพระเจ้าในการอธิษฐาน อับราฮัมสร้างแท่นบูชาในทุกที่ทุกแห่งที่ท่านไปและอธิษฐานต่อพระเจ้า ท่านได้รับชีวิตที่จำเริญรุ่งเรืองเป็นผลตอบแทน ดาเนียลให้คุณค่ากับการอธิษฐานมากกว่าชีวิตของท่าน (ดาเนียลบทที่ 7-12) ดังนั้นท่านจึงสามารถมองเห็นนิมิตอัศจรรย์และได้รับการสำแดงจากพระเจ้า เอลียาห์ได้รับคำตอบเป็นน้ำฝนที่ตกลงมาหลังจากเกิดความแห้งแล้งอย่างรุนแรงเป็นเวลาสามปีครึ่งผ่านการอธิษฐาน (1 พงศ์กษัตริย์บทที่ 18) เช่นเดียวกับคนเหล่านี้ เมื่อเราร้องทูลพระเจ้าในการอธิษฐานโดยไม่หยุดหย่อน เราก็สามารถมีการสื่อสารกับพระเจ้าอย่างลึกซึ้งและเราจะได้รับฤทธิ์อำนาจและกำลังจากเบื้องบนด้วยเช่นกัน

ประการที่สาม คนเหล่านี้มอบทุกอย่างไว้กับพระเจ้า

พระเจ้าทรงช่วยคนเหล่านี้ให้ได้ยินพระสุรเสียงของพระวิญญาณและสำแดงให้เขาเห็นเส้นทางเดินที่ถูกต้อง ถึงกระนั้น ถ้าคนเหล่านั้นยืนกรานอยู่กับความต้องการของตน เขาก็ไม่สามารถมีประสบการณ์กับการทำงานของพระวิญญาณ สุภาษิต 16:3

กล่าวว่า "จงมอบงานของเจ้าไว้กับพระเยโฮวาห์ และแผนงานของเจ้าจะได้รับการสถาปนาไว้" ดังนั้นเราต้องมอบการงานของเราไว้กับพระเจ้า เราจะมีประสบการณ์กับการสัมผัสอย่างอัศจรรย์ของพระองค์เมื่อเรามอบทุกสิ่งไว้กับพระเจ้าและอธิษฐานโดยไม่เป็นกังวลเมื่อเผชิญหน้ากับความยากลำบาก (ฟีลิปปี 4:6)

ประการที่สี่ ผู้คนที่รอคอยองค์พระผู้เป็นเจ้าจะเอาจริงเอาจังในทุกสิ่ง

การเป็นคนเอาจริงเอาจังหมายความว่าท่านทำทุกสิ่งที่ท่านรับผิดชอบอย่างดีที่สุดด้วยความจริงใจและความซื่อตรง กล่าวคือ ท่านทำทุกสิ่งเสมือนหนึ่งว่าท่านทำงานของท่านเองและท่านทำสิ่งนั้นอย่างสิ้นสุดใจของท่าน ดาเนียลและโยเซฟเอาจริงเอาจังและขยันขันแข็งอยู่เสมอภายใต้ทุกสถานการณ์และทำตามแนวทางที่ถูกต้อง ในที่สุด พระเจ้าได้ทรงยกชูคนทั้งสองขึ้นไปสู่ตำแหน่งที่ได้รับการยกย่องนับถือจากผู้คน

แม้กระทั่งในปัจจุบัน ผู้คนที่รอคอยพระเจ้าจะไม่เสียกำลังใจไม่ว่าในสถานการณ์ใดก็ตาม แต่เขาจะพึ่งพิงพระเจ้าและทำงานอย่างขยันขันแข็งโดยรู้ว่าเขาจะได้รับชัยชนะด้วยฤทธิ์อำนาจของพระเจ้าแม้ในความยากลำบากและการทดลอง

ความช่วยเหลือที่แท้จริง

น้ำจะไหลออกมาจากบ่อบาดาลได้มากเท่ากับปริมาณของน้ำที่เราปั๊มออกมาเท่านั้น เช่นเดียวกัน เมื่อเราให้สิ่งที่เรามี (เช่น เงินทอง ความรู้ และทักษะ) กับคนอื่น เราก็จะได้รับคืนมากกว่าที่เราให้ไป เราอ่านพบในหนังสืออพยพ 22:22 เฉลยธรรมบัญญัติ 14:29 และยากอบ 1:27 ว่าพระเจ้าทรงต้องการให้เราสำแดงความเมตตาต่อลูกกำพร้าและหญิงม่ายและดูแลคนเหล่านี้ เนื่องจากพระองค์ทรงปลื้มปีติในบุตรทั้งหลายที่มีและให้ความรักต่อเพื่อนบ้านของตน พระเจ้าจึงประทานพระพรให้กับคนเหล่านี้ทั้งในฝ่ายวิญญาณและฝ่ายร่างกายและมอบรางวัลอย่างยิ่งใหญ่ให้กับเขาในสวรรค์

ถ้าเช่นนั้น ความช่วยเหลือแบบใดที่พระเจ้าทรงต้องการให้เราหยิบยื่นให้กับคนอื่น
1 ยอห์น 3:18 กล่าวว่า "อย่าให้เรารักกันด้วยคำพูดและด้วยลิ้นเท่านั้น แต่จงรักกันด้วยการกระทำและด้วยความจริง" พระเยซูตรัสกับเราเช่นกันว่าอย่าให้มือข้างซ้ายของเรารู้ในสิ่งที่มือข้างขวาของเราทำเพื่อว่าการให้ทานของเราจะเป็นทานลับ (มัทธิว 6:3-

4) เราต้องให้ความช่วยเหลือคนยากจนด้วยใจถ่อม เราควรให้ความช่วยเหลือผู้คนไม่เฉพาะในยามที่เรามีทรัพย์สินเงินทองในระดับหนึ่งเท่านั้น ภาษิตเกาหลีโบราณกล่าวว่า "จงแบ่งปันแม้กระทั่งถั่วเม็ดเดียวกับเพื่อนบ้านของท่าน" เราควรแบ่งปันแม้กระทั่งสิ่งเล็กน้อยกับเพื่อนบ้านของเราด้วยความรักที่มีต่อเขาภายใต้ทุกสถานการณ์

อย่างไรก็ตาม บางคนพบกับความยากลำบากเพราะเขาให้ความช่วยเหลือผู้คนที่เขาไม่ควรช่วยเหลือ ส่วนหนึ่งเราไม่ควรช่วยเหลือผู้คนที่ใช้ชีวิตอย่างเกียจคร้านแม้เขาร่างกายแข็งแรงมากพอที่จะจัดหาให้กับตนเองในช่วงชีวิตของเขา (2 เธสะโลนิกา 3:10) เมื่อเราช่วยเขา ความช่วยเหลือของเราจะยับยั้งไม่ให้เขาเป็นตัวของตัวเองได้ นอกจากนั้น เราต้องไม่ช่วยคนที่ตกอยู่ในความยากลำบากเพราะความบาปของเขา น้ำพระทัยของพระเจ้าคือเพื่อจะให้เขาสำนึกถึงความบาปของตนเองและหันกลับจากบาปนั้นเสียและดำเนินชีวิตคริสเตียนที่ถูกต้อง ดังนั้นในกรณีเช่นนี้เราจะพบกับความลำบากร่วมกับเขาถ้าเราให้ความช่วยเหลือเขา

ด้วยเหตุนี้ เราควรช่วยพี่น้องชายหญิงที่ไม่สามารถจัดหาให้กับชีวิตของตนเองเนื่องจากอุบัติเหตุหรือโรคภัยก่อนเป็นอันดับแรก เราควรช่วยเด็กกำพร้า หญิงม่าย และนักเรียนนักศึกษาที่ไม่มีหัวหน้าครอบครัวที่คอยจัดหาให้กับเขาและไม่สามารถสนับสนุนตัวเอง เมื่อเราหยิบยื่นความช่วยเหลือให้กับผู้คนในน้ำพระทัยและความรักของพระเจ้า พระเจ้าผู้ทรงสำรวจสิ่งสารพัดจะทรงอวยพระพรเรากลับคืน

ความจริงใจของเครื่องเผาบูชานับพัน

มีคำกล่าวว่า "ความจริงใจอย่างแน่แท้กระตุ้นได้แม้กระทั่งสวรรค์" สิ่งนี้หมายความว่าความจริงใจอย่างเต็มเปี่ยมสามารถทำให้เกิดการขับเคลื่อนในสวรรค์ กล่าวคือ เราสามารถทำให้เกิดผลลัพธ์ที่ดีเมื่อเราทุ่มเทความพยายามในทุกสิ่งด้วยความจริงใจอันซื่อตรง พระคัมภีร์กล่าวถึงผู้คนมากมายที่มีประสบการณ์กับการทำงานของพระเจ้าผ่านทางความจริงใจของเขาซึ่งสร้างความประทับใจให้กับพระเจ้าและผู้คนรอบข้างเขา

ซาโลมอนเป็นกษัตริย์ของอิสราเอลสืบต่อจากกษัตริย์ดาวิด ซาโลมอนรักพระเจ้าและหลังจากขึ้นเป็นกษัตริย์ ด้วยความรักที่ท่านมีต่อพระเจ้าซาโลมอนได้ถวายเครื่องเผาบูชาหนึ่งพันตัวแด่พระเจ้า

เครื่องเผาบูชาเป็นวิธีการถวายเครื่องบูชาที่ธรรมดาที่สุดสมัยพระคัมภีร์เดิม พิธีนี้เป็นการเผาสัตว์ที่ถูกนำมาเป็นเครื่องบูชาด้วยไฟบนแท่นบูชา เครื่องบูชานี้แสดงถึงการถวายชีวิตของเราให้กับพระเจ้าและการรักษาพระบัญญัติทั้งสิ้นที่พระเจ้าทรงมอบให้กับมนุษย์ กล่าวคือ พิธีนี้เป็นสัญลักษณ์ของเครื่องบูชา การอุทิศตน

และการรับใช้โดยสมัครใจของเราอย่างสมบูรณ์แบบต่อพระพักตร์พระเจ้าพระผู้สร้าง

หลังจากซาโลมอนถวายเครื่องเผาบูชาหนึ่งพันตัวแล้วพระเจ้าทรงพอพระทัยมากและตรัสกับท่านว่า "เจ้าอยากให้เราให้อะไรเจ้าก็จงขอเถิด" ซาโลมอนไม่ได้ขอทรัพย์สินเงินทองหรือชื่อเสียง ท่านขอเพียงสติปัญญาเพื่อช่วยให้ท่านสามารถปกครองประชากรของพระเจ้าให้อยู่เย็นเป็นสุข ซาโลมอนรู้ว่าสติปัญญาคือสิ่งที่จำเป็นที่สุดที่ท่านต้องมีไว้ในฐานะกษัตริย์

พระเจ้าทรงปีติยินดีในท่านอย่างมากและทรงประทานไม่เฉพาะสติปัญญาให้กับท่านเท่านั้น แต่ได้ทรงมอบทรัพย์สมบัติและเกียรติให้กับท่านด้วยเช่นกัน เราสามารถรับเอาพระพรอันยิ่งใหญ่เหมือนที่ซาโลมอนได้รับเช่นกันเมื่อเราถวายการนมัสการและเครื่องบูชาด้วยสิ้นสุดใจของเราแด่พระเจ้าและเป็นที่พอพระทัยพระองค์ โดยไม่เห็นแก่ประโยชน์ส่วนตัวของเรา

เหตุผลที่เราไม่ได้รับคำตอบ

บุตรของพระเจ้าควรดำเนินชีวิตที่ถวายสง่าราศีแด่พระเจ้าอยู่เสมอ (1 โครินธ์ 10:31) แต่ถ้ามองจากภายนอกคริสเตียนบางคนดูเหมือนจะดำเนินชีวิตที่ถูกต้อง แต่ในความเป็นจริงเขาอยู่ห่างไกลจากการดำเนินชีวิตที่ถวายสง่าราศีแด่พระเจ้ามาก เพราะเหตุนี้แม้เขาจะอธิษฐานเขาก็ไม่ได้รับพระพรและคำตอบ สาเหตุก็เพราะว่าพระเจ้าไม่เหมือนกับมนุษย์เนื่องจากพระองค์ทรงสำรวจจิตใจของมนุษย์และจากนั้นจะทรงประทานคำตอบให้กับเขา (สุภาษิต 16:2) อะไรคือสาเหตุที่เฉพาะเจาะจงซึ่งทำให้เราไม่ได้รับคำตอบ

ประการแรก เพราะเราบ่นและโกรธเคืองเมื่อเราเผชิญกับปัญหา

โดยทั่วไปมีบางคนที่รักษาพระคำของพระเจ้า แต่เขาจะพูดคำพูดในแง่ลบเมื่อบางสิ่งบางอย่างไม่ได้เป็นตามความคิดและความรู้สึกของเขา สิ่งนี้แสดงว่าจิตใจของเขายังไม่ได้รับการเปลี่ยนแปลงไปสู่ความจริง เหมือนที่กล่าวไว้ในมัทธิว 12:35 ว่า "คนดีก็เอาของดีมาจากคลังดีแห่งใจนั้น คนชั่วก็เอาของชั่วมาจากคลังชั่ว" เร

าควรอธิษฐานอย่างพากเพียรเพื่อให้มีจิตใจที่ดีงามเพราะคำพูดของเราออกมาจากใจ

การบ่นจากริมฝีปากของเราจะมีผลย้อนกลับมาหาเราเหมือนบูมเมอแรงและจะก่อปัญหามากมาย แต่ผู้คนไม่รู้ว่าเหตุใดปัญหาจึงเกิดขึ้นกับเขาเพราะหลังจากชั่วเวลาหนึ่งผ่านไปเขาก็มีแนวโน้มที่จะลืมในสิ่งที่ตนพูด ดังนั้นเราจึงควรระมัดระวังเกี่ยวกับสิ่งที่เราพูดและเราควรใช้ถ้อยคำแห่งความดีและถ้อยคำแห่งความจริง

ประการที่สอง เพราะเราพิพากษาและประณามผู้คนที่ดำเนินชีวิตตามพระคำของพระเจ้า

บางคนไม่ได้รับคำตอบเพราะเขาพิพากษาและประณามคนอื่นเมื่อเขาไม่เข้าใจคนเหล่านั้นหรือเมื่อเขารู้สึกว่าคนเหล่านั้นบกพร่องบางสิ่งบางอย่าง ดังนั้นเราต้องไม่สร้างปัญหาให้กับคนอื่นหรือพิพากษาและประณามคนอื่นแม้คนเหล่านั้นไม่ได้รักษาพระคำของพระเจ้าเป็นอย่างดีก็ตาม สาเหตุก็เพราะยากอบ 4:11 บอกเราว่า "พี่น้องทั้งหลาย อย่าใส่ร้ายซึ่งกันและกัน ผู้ใดที่พูดใส่ร้ายพี่น้องและตัดสินพี่น้องของตน ผู้นั้นก็กล่าวร้ายต่อพระราชบัญญัติ และตัดสินพระราชบัญญัติ แต่ถ้าท่านตัดสินพระราชบัญญัติ ท่านก็ไม่ใช่ผู้ที่ประพฤติตามพระราชบัญญัติ แต่เป็นผู้ตัดสิน"

ประการที่สาม เพราะเราแสดงอารมณ์เกรี้ยวกราดและความเป็นปฏิปักษ์กับคนอื่นเมื่อความคิดของเขาไม่ตรงกับความคิดของเรา

เมื่อบางอย่างไม่ตรงกับความคิดของเขา บางคนมักจะแสดงปฏิกิริยาต่อสิ่งนั้นด้วยใบหน้าที่บึ้งตึงหรือบางคนจะแสดงออกมากกว่านั้นด้วยการพูดเสียงดังและแสดงความโกรธออกมาในจุดหนึ่ง สิ่งที่เลวร้ายกว่านั้นก็คือว่าคนเหล่านี้เก็บงำความเกลียดชังที่เขามี

ต่อคนอื่นเอาไว้และเขาถึงกับแสดงความเป็นปฏิปักษ์กับคนเหล่านั้น มัทธิว 5:39-40 กล่าวว่า “ถ้าผู้ใดตบแก้มขวาของท่าน ก็จงหันแก้มอีกข้างหนึ่งให้เขาด้วย ถ้าผู้ใดอยากจะฟ้องศาลเพื่อจะริบเอาเสื้อของท่าน ก็จงให้เสื้อคลุมแก่เขาด้วย” ดังนั้นเราควรยกโทษให้กับทุกคนด้วยความรักและความเมตตา

ถ้าคำตอบยังไม่ได้ถึงท่านแม้ว่าท่านได้ค้นพบข้อบกพร่องที่ระบุไว้ในเบื้องต้นเหล่านั้นและท่านได้หันไปจากสิ่งเหล่านั้นแล้ว สิ่งนี้ก็หมายความว่าพระเจ้าทรงกำลังให้เวลากับท่านที่จะสำสมความเชื่อและการทำดีเอาไว้มากยิ่งขึ้น ดังนั้น เมื่อท่านชื่นชมยินดีและขอบพระคุณด้วยความเชื่อที่ไม่เปลี่ยนแปลง พระเจ้าจะทรงประทานทุกสิ่งที่ท่านทูลขอให้กับท่านซึ่งรวมถึงสุขภาพพลานามัยสมบูรณ์ ทรัพย์สินเงินทอง และชื่อเสียง

เมื่อท่านเชื่อฟังด้วยการพึ่งพระคำ

เหตุการณ์นี้เกิดขึ้นเมื่อพระเยซูเสด็จมาที่ทะเลสาบเยนเนซาเรธ ที่นั่นมีเรือสองลำจอดอยู่ริมฝั่งทะเลสาบและชาวประมงขึ้นจากเรือแล้วและกำลังซักอวนของตนอยู่ พระเยซูทรงสั่งสอนประชาชนจากเรือของเปโตร จากนั้น เพื่อจะอวยพระพรเขา พระองค์จึงตรัสกับเปโตรว่า "จงถอยออกไปที่น้ำลึกหย่อนอวนต่าง ๆ ลงจับปลา"

ในฐานะชาวประมง เปโตรรู้จักวิธีการจับปลาเกือบจะมากกว่าคนอื่น ๆ เขาทำงานหนักมาตลอดทั้งคืน แต่เขาจับปลาไม่ได้เลย ดังนั้นจึงไม่ใช่เรื่องง่ายที่เขาจะเชื่อฟัง แต่เปโตรก็ยอมถอยเรือออกไปและหย่อนอวนลงด้วยการพึ่งพิงพระดำรัสของพระเยซู จากนั้นเขาจับปลาได้เป็นจำนวนมากและอวนของเขาเริ่มจะปริ สิ่งนี้เกิดขึ้นเพราะเปโตรเชื่อฟังคำตรัสของพระเยซู

เมื่อเราพึ่งพิงพระคำของพระเจ้าและเชื่อฟังเหมือนเปโตร พระพรอันอัศจรรย์ก็จะมาเหนือเรา ถ้าเช่นนั้นเราจะได้รับพระพรชนิดใดเมื่อเราเชื่อฟัง

ประการแรก เราสามารถมีสันติสุข

สาเหตุสำคัญที่ทำให้คนไม่มีสันติสุขเป็นผลมาจากการแสวงหาประโยชน์ส่วนตัว เมื่อคนหมกมุ่นอยู่กับความคิดและแนวคิดของตนเอง เขาจะพบกับความขัดแย้งมากมาย พระคำของพระเจ้าเป็นความจริงและผู้คนที่เชื่อฟังพระคำสามารถอยู่อย่างสงบกับคนอื่นเพราะเขามีความเมตตาและความเห็นอกเห็นใจคนอื่นและรับใช้คนอื่นโดยไม่เห็นแก่ประโยชน์ส่วนตน เมื่อเราเป็นบุคคลแห่งความจริงที่มีชีวิตอยู่ในพระคำของพระเจ้าเราก็สามารถมีสันติสุขไม่เพียงแต่กับพระเจ้าเท่านั้น แต่กับคนอื่นด้วยเช่นกันและเราจะมีชีวิตที่สงบสุขและชื่นชมยินดี

ประการที่สอง ในการเชื่อฟัง ปัญหาเรื่องโรคภัยจะได้รับการแก้ไข

พระคัมภีร์บอกเราว่าโรคภัยไข้เจ็บเกิดจากความบาป (เฉลยธรรมบัญญัติบทที่ 28) เมื่อบุตรของพระเจ้าไม่ประพฤติตามพระคำของพระองค์ สิ่งนั้นคือความบาปแห่งการไม่เชื่อฟัง เมื่อเขาทำบาป พระบิดาไม่ทรงสามารถปกป้องเขาและโรคภัยก็เกิดขึ้นกับเขา พระองค์ตรัสว่าถ้าเขาทำสิ่งที่ถูกต้องในสายพระเนตรของพระเจ้าและรักษากฎเกณฑ์ทั้งสิ้นของพระองค์ พระองค์จะไม่ยอมให้มีโรคภัยใด ๆ ที่มาเหนืออียิปต์เกิดขึ้นกับเขา (อพยพ 15:26) เช่นเดียวกัน เมื่อท่านดำรงอยู่ในพระคำของพระเจ้าอย่างสมบูรณ์ พระเจ้าจะทรงปกป้องท่านและโรคภัยไข้เจ็บจะไม่เกิดขึ้นกับท่าน แม้หากมีโรคภัยบางอย่างเกิดขึ้นกับท่าน ท่านก็จะมีประสบการณ์กับการรักษาโร

คของพระองค์เมื่อท่านทำลายกำแพงแห่งความบาปที่ต่อสู้กับพระเจ้า

ประการที่สาม เราสามารถแก้ปัญหาเรื่องการเงิน
ในปฐมกาลบทที่ 12 เมื่อพระเจ้าทรงบอกให้อับราฮัมเดินทางไปยังดินแดนที่พระองค์จะทรงสำแดงให้ท่านเห็น อับราฮัมเชื่อฟังและออกเดินทางทันที ในฮีบรู 11:17-19 เราเห็นว่าอับราฮัมเชื่อฟังพระเจ้าอีกครั้งหนึ่งแม้ในยามที่พระเจ้าทรงบอกให้ท่านถวายอิสอัคบุตรชายของท่าน (ซึ่งท่านได้มาเมื่อท่านมีอายุร้อยปี) เป็นเครื่องเผาบูชา ท่านเชื่อเช่นกันว่าหลังจากที่ท่านถวายอิสอัคเป็นเครื่องบูชาแล้ว พระเจ้าจะทรงทำให้เขาเป็นขึ้นมาอีก พระเจ้าทรงประทานทรัพย์สินเงินทอง ชื่อเสียง และอำนาจบนโลกนี้และในสวรรค์ให้กับอับราฮัม ด้วยเหตุนี้ ทุกคนที่ประพฤติตามด้วยการพึ่งพิงพระคำของพระเจ้าด้วยความเชื่อก็สามารถรับเอาพระพรทั้งสิ้นที่อับราฮัมผู้เป็นบิดาแห่งความเชื่อของเราได้รับ (กาลาเทีย 3:9)

ตอนที่ 4
พระเจ้าแพทย์ผู้ประเสริฐ

ต้นเหตุของโรคและการรักษาโรค| การรักษาความบกพร่องอ่อนแอ | "พระองค์เจ้าข้า ขอทรงโปรดเมตตาข้าพระองค์เถิด" |จงทำลายกำแพงแห่งความบาป |ความสำคัญของถ้อยคำที่ออกมาจากริมฝีปาก |จงทิ้งผ้าห่มของท่านเสีย |เพื่อให้มีสันติสุขที่แท้จริง |วิธีเอาชนะความเครียด |กฎฝ่ายวิญญาณในเรื่องคำตอบ

"พระองค์ตรัสว่า 'ถ้าเจ้าทั้งหลายฟังพระสุรเสียงของพระเยโฮวาห์พระเจ้าของเจ้าอย่างขะมักเขม้น
และกระทำสิ่งที่ถูกต้องในสายพระเนตรของพระองค์ เงี่ยหูฟังพระบัญญัติของพระองค์
และรักษากฎเกณฑ์ของพระองค์ทุกประการ แล้วโรคต่าง ๆ
ซึ่งเราบันดาลให้เกิดแก่ชาวอียิปต์นั้น เราจะไม่ให้บังเกิดแก่พวกเจ้าเลย
เพราะเราคือพระเยโฮวาห์เป็นผู้รักษาเจ้าให้หาย'"
(อพยพ 15:26)

ต้นเหตุของโรคและการรักษาโรค

หลายคนใช้เงินทองและเวลาของตนกับการบำบัดโรคด้วยหลักโภชนศาสตร์ (โภชนบำบัด) หรือการออกกำลังกายเพื่อให้ร่างกายแข็งแรง แน่นอน สิ่งเหล่านี้มีประโยชน์กับเราในหลายทาง แต่ผู้คนไม่ได้ปลอดจากโรคภัยอย่างแท้จริงด้วยแนวทางเหล่านี้ไม่ว่าเขาจะพยายามมากสักเพียงใดก็ตาม แม้เขาจะใช้ความพยายามอย่างมากมาย แต่หลายคนก็รอคอยความตายด้วยโรคที่รักษาไม่หาย แต่พระคัมภีร์บอกเราเกี่ยวกับต้นเหตุของโรคและวิธีการรักษาโรคต่าง ๆ และพระคัมภีร์มีกุญแจที่ไขไปสู่การมีสุขภาพพลานามัยสมบูรณ์ อะไรคือต้นเหตุของโรคและมีวิธีการรักษาอย่างไรบ้าง

ประการแรก โรคมีต้นเหตุมาจากความบาปเป็นส่วนใหญ่ ในอพยพ 15:26 พระเจ้าตรัสว่าพระองค์จะไม่ให้โรคต่าง ๆ เกิดขึ้นกับเราถ้าเรา "ฟังพระสุรเสียงของพระเยโฮวาห์พระเจ้าของเจ้าอย่างขะมักเขม้นและกระทำสิ่งที่ถูกต้องในสายพระเนตรของ

พระองค์ เงี่ยหูฟังพระบัญญัติของพระองค์" เพื่อรักษาคนอัมพาต พระเยซูตรัสกับเขาว่า "ลูกเอ๋ย บาปของเจ้าได้รับการอภัยแล้ว" (มาระโก 2:5) พระคัมภีร์กล่าวว่าการไม่รักษาพระคำของพระเจ้าคือความบาปและโรคภัยเกิดมาจากความบาปเช่นนั้น ด้วยเหตุนี้ เมื่อเราทำลายกำแพงแห่งความบาปเราก็สามารถรับการรักษาจากโรคต่าง ๆ ของเรา

ประการที่สอง โรคเกิดจากสิ่งที่ถือว่าเป็นความบาปในสายพระเนตรของพระเจ้าแม้ผู้คนไม่ถือว่าสิ่งนั้นเป็นความบาปก็ตาม

บางคนพูดว่าเขาป่วยเป็นโรคบางอย่างแม้เขาไม่ได้ทำบาป ท่านคิดว่าจริงหรือเปล่า สมมุติว่าท่านป่วยเพราะท่านกินอาหารมากเกินไป การกินอาหารมากเกินไปเป็นส่วนหนึ่งของความบาปเพราะนั่นหมายความว่าท่านไม่ได้ใช้การบังคับตนเองในเรื่องความโลภซึ่งเป็นความตะกละ ถ้าท่านป่วยเพราะท่านกินอย่างไร้ระเบียบวินัยหรือเพราะท่านทำงานมากเกินไป สิ่งนี้ถือเป็นผลของการขาดการบังคับตนเองด้วยการไม่ทำตามถ้อยคำแห่งความจริง การไม่ทำตามระเบียบกฎเกณฑ์ของธรรมชาติที่พระเจ้าทรงมอบให้กับเราคือความบาป

ประการที่สาม โรคบางอย่างเกิดจากปัญหาทางด้านประสาทหรือปัญหาทางด้านจิตใจ

ความรู้สึกขุ่นเคืองจะไม่เกิดขึ้นเมื่อเราเข้าใจ ยกโทษและรักคนอื่น ถ้าท่านไม่มีความเกลียดชังหรือการแสดงออกด้วย

อารมณ์ว่าวาม เส้นประสาทของท่านจะไม่มีวันถูกกระตุ้นในเชิงลบ แต่ถ้าท่านมีความชั่วและไม่ได้ดำเนินชีวิตในความจริง ท่านจะมีความรู้สึกในเชิงลบหรือแสดงปฏิกิริยาตอบโต้อย่างไม่เป็นมิตรซึ่งนำไปสู่ความหงุดหงิดและจากนั้นจะส่งผลให้เกิดโรคทางระบบประสาทหรือทางด้านจิตใจ บางคนดูเป็นคนปกติถ้ามองจากภายนอก แต่เขาทนทุกข์อยู่กับโรคต่าง ๆ เพราะเขาไม่มีความดีในสายพระเนตรของพระเจ้า เขาไม่ได้ระเบิดความโกรธออกมาภายนอก แต่เขาเก็บงำความรู้สึกขุ่นเคือง ความเกลียดชัง และความเคียดแค้นที่เป็นอันตรายไว้ภายในจิตใจของเขา เมื่อเรายกโทษและรักคนอื่นด้วยจิตใจที่ดีงามซึ่งพระเจ้าทรงต้องการ เราก็สามารถมีสุขภาพพลานามัยสมบูรณ์ทั้งในวิญญาณและร่างกาย

ประการที่สี่ บางครั้งโรคเกิดจากผีมารซาตาน

ผลของความผิดบาปแห่งการกราบไหว้รูปเคารพเป็นความบาปที่ตกทอดไปถึงลูกหลานถึงสามและสี่ชั่วคน (อพยพ 20:5) ผีมารซาตานนำความทุกข์และการทดลองมาสู่คนรุ่นหลัง เพราะเหตุนี้ครอบครัวของคนที่ไหว้รูปเคารพจำนวนมากจึงล้มป่วย พิการ หรือถูกผีสิง ความบาปของพ่อแม่และบรรพบุรุษมีอิทธิพลต่อลูกหลานของเขา แต่ถึงแม้พ่อแม่จะไหว้รูปเคารพ ถ้าลูกเป็นคนดีและนมัสการพระเจ้า พระองค์จะทรงปกป้องเขาและประทานความรักและพระคุณแก่เขา

แต่บางคนถูกผีหรือวิญญาณชั่วเข้าสิงแม้เขาไม่มีส่วนเกี่ยวข้องใดกับรูปเคารพและเขาเป็นคนที่ไปโบสถ์ นี่เป็นกรณีของคนที่ทำบาปมากเกินไปแม้เขาพูดว่าเขาเชื่อและเป็นการสะสมความชั่วข

องตนเอาไว้มากเกินขีดจำกัด แต่กระนั้น ถ้าคนเช่นนี้กลับใจอย่างถ่องแท้ต่อพระพักตร์พระเจ้า พระองค์จะทรงรื้อฟื้นเขาขึ้นมาใหม่ และทำให้เขาหายเป็นปกติ

ประการที่ห้า ปัญหาบางอย่างเกิดจากขั้นตอนการตั้งครรภ์ของบุคคล

แม้พ่อแม่จะไม่มีความบาปร้ายแรง แต่ทารกบางคนเกิดมาด้วยความพิการเนื่องจากการผสมพันธุ์กันของไข่และน้ำเชื้อที่ไม่สมบูรณ์

อย่างไรก็ตาม โรคหรือโรคประจำตัวส่วนใหญ่มีต้นเหตุมาจากการที่พ่อแม่หรือบรรพบุรุษกราบไหว้รูปเคารพมากเกินไปหรือสะสมความบาปไว้มาก ด้วยเหตุนี้ ผมหวังว่าท่านจะรู้ว่าสิ่งสำคัญอันดับแรกคือการแก้ปัญหาเรื่องความบาปก่อนและรับการรักษาหลังจากนั้น จงแก้ปัญหาเรื่องความบาปและมีสุขภาพแข็งแรงทั้งในวิญญาณ จิตใจ และร่างกาย

การรักษาความบกพร่องอ่อนแอ

พระเจ้าไม่ทรงปรารถนาให้บุตรที่รักของพระองค์ทนทุกข์จากโรคภัย ดังนั้นพระองค์จึงทรงสละพระบุตรองค์เดียวของพระองค์เพื่อเปิดหนทางแห่งการมีสุขภาพดีให้กับเรา ด้วยการหลั่งพระโลหิตของพระองค์พระเยซูทรงไถ่เราให้พ้นจากบาปทั้งสิ้นและด้วยรอยแผลเฆี่ยนของพระองค์เราจึงได้รับการรักษาให้หาย (อิสยาห์ 53:5; 1 เปโตร 2:24) ดังนั้นทุกคนที่เชื่อในเรื่องนี้จึงสามารถรับการรักษาให้หายจากโรคและความป่วยไข้ทุกชนิด

ความบกพร่องอ่อนแอในที่นี้หมายถึงสภาวะหรือปัญหาต่าง ๆ ของร่างกายที่ไม่สามารถรักษาให้หายด้วยความสามารถหรือวิธีการของมนุษย์ สิ่งนี้ไม่ได้หมายถึงความเจ็บป่วยเล็ก ๆ น้อย ๆ

ความบกพร่องอ่อนแอหมายถึงอาการเป็นอัมพาตหรือการเสื่อมสภาพของอวัยวะบางส่วนของร่างกายซึ่งก่อให้เกิดความผิดปกติในการพูด ความบกพร่องในการได้ยิน

ความบกพร่องในการมองเห็น ความผิดปกติในการเดิน หรือโรคโปลิโอ เราสามารถรับการรักษาให้หายจากโรคหลากหลายชนิดเมื่อเรากลับใจจากบาปของเรา ต้อนรับเอาพระเยซูคริสต์และได้รับพระวิญญาณบริสุทธิ์ แม้ในยามที่เรามีโรคร้ายแรงเนื่องจากเราไม่ได้ดำเนินชีวิตตามพระคำของพระเจ้าในชีวิตคริสเตียนของเรา เราก็สามารถรับการรักษาให้หายได้ด้วยการกลับใจจากบาปของเราและการหันกลับจากสิ่งเหล่านั้น

ความบกพร่องอ่อนแอได้รับการรักษาให้หายด้วยฤทธิ์อำนาจของพระเจ้าเท่านั้น ผู้พยากรณ์อย่างโมเสสและเอลียาห์ในพระคัมภีร์เดิมและอัครทูตเปโตรและเปาโลในพระคัมภีร์ใหม่สามารถรักษาความบกพร่องอ่อนแอได้เพราะคนเหล่านั้นได้รับฤทธิ์อำนาจของพระเจ้า เพื่อให้ได้รับฤทธิ์อำนาจ เราต้องได้รับการชำระให้บริสุทธิ์อย่างสมบูรณ์และสำสมคำอธิษฐานไว้เป็นจำนวนมาก ผู้คนที่ต้องการได้รับการรักษาควรมีความเชื่อในพระเยซูคริสต์ด้วยเช่นกัน

ในกิจการบทที่ 3 เปโตรทำให้ชายง่อยคนหนึ่งที่นั่งขอทานอยู่ที่ประตูพระวิหารยืนขึ้นและเดินได้ในพระนามของพระเยซูคริสต์ เนื่องจากขอทานคนนี้เชื่อในพระเยซูคริสต์เขาจึงสามารถมีประสบการณ์กับฤทธิ์อำนาจอันอัศจรรย์ของพระเจ้า เมื่อเราเชื่อในพระเยซูคริสต์จากส่วนลึกแห่งจิตใจของเราเราก็สามารถมีประสบการณ์กับการบำบัดรักษาอย่างอัศจรรย์ของพระเจ้าเช่นกัน

"พระองค์เจ้าข้า
ขอทรงโปรดเมตตาข้าพระองค์เถิด"

บางคนล้มลงเพราะการหยิ่งในศักดิ์ศรีของตนเองในขณะที่คนอื่น ๆ เปลี่ยนความอาภัพของตนให้เป็นความได้เปรียบด้วยการทำลายการหยิ่งในศักดิ์ศรีของตนเองลง ถ้าท่านถือว่าตัวเองเป็นคนสูงส่งเช่นนี้ ท่านก็ไม่สามารถเป็นคนแรกที่จะหยิบยื่นความช่วยเหลือให้กับเพื่อนบ้านของตน ท่านอาจไม่ให้ความสำคัญกับความช่วยเหลือหรือคำขอร้องของเพื่อนบ้านของท่านด้วยซ้ำไป เนื่องจากการเคารพตนเองและการหยิ่งในศักดิ์ศรีของตนเองมากจนผิดปกติ เรื่องเล็ก ๆ น้อย ๆ ที่น่าจะเป็นเรื่องที่ไม่เป็นเรื่องก็อาจกลายเป็นเรื่องใหญ่โตได้จนทำให้เพื่อนกลายเป็นศัตรูด้วยเหตุนั้น

การหยิ่งในศักดิ์ศรีของตนเองมากเช่นนั้นไม่เป็นประโยชน์กับใครเลย ผู้หญิงคนหนึ่งในพระคัมภีร์ได้รับคำตอบของเธอด้วยการทำลายการหยิ่งในศักดิ์ศรีของตนเองลงไป
เมื่อพระเยซูเสด็จเข้าไปในเขตแดนเมืองไทระและเมืองไซดอน มีผู้หญิงคนหนึ่งซึ่งลูกสาวของเธอถูกผีสิงเข้ามาก

ราบทูลพระองค์ว่า "โอ พระองค์ผู้ทรงเป็นบุตรดาวิดเจ้าข้า ขอทรงโปรดเมตตาข้าพระองค์เถิด ลูกสาวของข้าพระองค์มีผีสิงอยู่เป็นทุกข์ลำบากยิ่งนัก" (มัทธิว 15:22) พระเยซูตรัสตอบเธอว่า "ซึ่งจะเอาอาหารของลูกโยนให้แก่สุนัขก็ไม่ควร" (ข้อ 26) กล่าวคือ พระองค์ทรงเปรียบคนอิสราเอลเป็นเหมือนลูกและเปรียบผู้หญิงชาวต่างชาติคนนั้นเป็นเหมือนสุนัข

ทำไมพระเยซูจึงตรัสแบบนั้น คนธรรมดาทั่วไปที่ได้รับการปฏิบัติอย่างรุนแรงแบบนี้คงรู้สึกไม่พอใจและคงจากไปโดยไม่แยแส แต่พระเยซูตรัสเช่นนี้เพื่อจะทดสอบความเชื่อของผู้หญิงคนนั้นในสถานการณ์ดังกล่าว

ผู้หญิงคนนั้นไม่รู้สึกเสียใจ เธอไม่ยอมแพ้และไม่ยอมให้ความโอหังของเธอเข้ามาเป็นอุปสรรค แต่เธอกลับทูลพระองค์ว่า "จริงพระองค์เจ้าข้า แต่สุนัขนั้นย่อมกินเดนที่ตกจากโต๊ะนายของมัน" (ข้อ 27) นี่เป็นคำพูดแห่งความเชื่ออย่างถ่อมใจมากทีเดียว

พระเยซูทรงพอพระทัยกับคำพูดที่ออกมาจากใจของเธอมากและตรัสกับเธอว่า "โอ หญิงเอ๋ย ความเชื่อของเจ้าก็มาก ให้เป็นไปตามความปรารถนาของเจ้าเถิด" (ข้อ 28) และลูกสาวของเธอก็หายเป็นปกติทันที เมื่อผู้หญิงคนนั้นถ่อมตัวลงอย่างสิ้นเชิงและทูลรบเร้าพระองค์โดยไม่เปลี่ยนแปลง เธอจึงสามารถแก้ปัญหาของลูกสาวของเธอ (มัทธิว 15:22-28) เหมือนในกรณีของผู้หญิงคนนี้ พระเจ้าทรงตอบคำอธิษฐานของผู้คนที่ทำลายการหยิ่งในศักดิ์ศรีของตนเองและมีจิตใจที่ถ่อมลง

จงทำลายกำแพงแห่งความบาป

ในบรรดาผู้คนที่มาหาพระเจ้า บางคนแสวงหาพระองค์ด้วยจิตสำนึกที่ดีของตนและบางคนแสวงหาพระองค์เพื่อแก้ปัญหาของเขา เพื่อแก้ปัญหาในชีวิต โดยเฉพาะอย่างยิ่งปัญหาเรื่องโรคภัยไข้เจ็บ เขาต้องต้อนรับเอาพระเยซูคริสต์และได้รับการยกโทษความผิดบาปของตนก่อน เหมือนที่บันทึกไว้ใน

อิสยาห์ 59:2 ว่า "แต่ว่าความชั่วช้าของเจ้าทั้งหลายได้กระทำให้เกิดการแยกระหว่างเจ้ากับพระเจ้าของเจ้า" เขาต้องทำลายกำแพงแห่งความบาปที่กั้นระหว่างเขากับพระเจ้าลงไปก่อน ถ้าเช่นนั้น อะไรคือกำแพงแห่งความบาปที่เราต้องทำลายลงเพื่อแก้ไขปัญหา

ประการแรก เราต้องกลับใจจากการไม่เชื่อในพระเจ้าและการไม่ต้อนรับเอาพระเยซูคริสต์

สาเหตุก็เพราะว่ายอห์น 16:8-9 กล่าวไว้ว่า

"เมื่อพระองค์นั้นเสด็จมาแล้ว พระองค์จะทรงกระทำให้โลกรู้สึกถึงความผิดบาป และถึงความชอบธรรม และถึงการพิพากษา ถึงความผิดบาปนั้น คือเพราะเขาไม่เชื่อในเรา" เราไม่ได้รับเฉพาะความรอดเท่านั้น แต่เรายังได้รับกุญแจที่จะไขปัญหาทุกอย่างของชีวิตเราด้วยเช่นกันเมื่อเรายอมรับนับถือพระเจ้าพระผู้สร้างด้วยใจถ่อมและต้อนรับเอาพระเยซูคริสต์ (ผู้ทรงสิ้นพระชนม์เพื่อไถ่เราให้พ้นจากบาป) เป็นพระผู้ช่วยให้รอดของเรา

ประการที่สอง เราต้องกลับใจจากการที่เราไม่ได้รักพี่น้องของเรา

พระคัมภีร์บอกเราว่าบุตรของพระเจ้าไม่ควรรักซึ่งกันและกันเท่านั้น แต่เขาต้องรักแม้กระทั่งศัตรู ถ้าเราเกลียดชังพี่น้องของเราแทนที่เราจะรักเขา สิ่งนี้จะกลายเป็นกำแพงแห่งความบาปต่อพระพักตร์พระเจ้าเพราะเราละเมิดพระคำของพระองค์

ประการที่สาม เราต้องกลับใจถ้าเราได้อธิษฐานด้วยความโลภ

ยากอบ 4:2-3 กล่าวว่า "...ที่ท่านไม่มีเพราะท่านไม่ได้ขอ ท่านขอและไม่ได้รับ เพราะท่านขอผิด หวังได้ไปเพื่อสนองราคะตัณหาของท่าน" พระเจ้าไม่พอพระทัยเมื่อเราอธิษฐานเพื่อตอบสนองความโลภของเราหรือเมื่อเราทูลขอเพื่อสนองความสนุกสนานส่วนตัวของเรา พระเจ้าไม่ทรงตอบคำอธิษฐานแบบนี้เช่นกันเหมือนกับพ่อแม่ที่ไม่อนุญาตเมื่อลูกของเขาขอเงินไปใช้กับสิ่งที่ไ

ม่ดี

ประการที่สี่ เราต้องกลับใจที่เราอธิษฐานด้วยความสงสัย ยากอบ 1:6-7 กล่าวว่าคนที่มีความสงสัยในการอธิษฐานไม่ควรคาดหวังว่าเขาจะได้รับคำตอบจากองค์พระผู้เป็นเจ้า เมื่อเราอธิษฐานด้วยความสงสัยในจิตใจของเรา สิ่งนี้แสดงให้เห็นว่าเราไม่เชื่อในพระเจ้าผู้ยิ่งใหญ่ ดังนั้นเราต้องกลับใจจากสิ่งนี้และอธิษฐานเพื่อให้มีความเชื่อที่แท้จริง

ประการที่ห้า เราต้องกลับใจที่เราไม่ได้รักษาพระบัญญัติ ถ้าเราไม่ได้ทำสิ่งใดผิดตามความจริงแห่งพระคำของพระเจ้า เราก็สามารถทูลขอพระเจ้าด้วยความมั่นใจและรู้ว่าพระองค์จะทรงตอบคำอธิษฐานของเรา (1 ยอห์น 3:21-22) ด้วยเหตุนี้ ถ้าท่านต้องการได้รับคำตอบท่านควรมองย้อนกลับไปดูชีวิตของท่านด้วยการใคร่ครวญพระบัญญัติสิบประการซึ่งเป็นข้อสรุปของหนังสือทั้ง 66 เล่มของพระคัมภีร์ ถ้าท่านค้นพบบางสิ่งในตัวท่านที่เป็นการฝ่าฝืนพระบัญญัติ ท่านต้องหันกลับจากสิ่งนั้นและรักษาพระบัญญัติ

ประการที่หก เราต้องกลับใจที่เราไม่ได้หว่านต่อพระพักตร์พระเจ้า
พระเจ้าทรงอนุญาตให้เราเก็บเกี่ยวในสิ่งที่เราหว่านลงไป เมื่อเราหว่านเมล็ดแห่งการอธิษฐาน วิญญาณจิตของเราก็จะจำเริญขึ้น

เมือหว่านเมล็ดแห่งการรับใช้โดยสมัครใจและการกระทำแห่งความเชือ เราก็จะมีพลานามัยสมบูรณ์ในร่างกายและวิญญาณ เมือเราหว่านเงินทอง เราก็จะได้รับพระพรทางด้านการเงิน ด้วยเหตุนี้ ท่านต้องกลับใจถ้าท่านต้องการได้รับคำตอบโดยไม่มีการหว่าน เมือเราทำลายกำแพงแห่งความบาปและรักษาพระคำ พระเจ้าทรงพอพระทัยและทรงตอบคำอธิษฐาน

ความสำคัญของถ้อยคำที่ออกมาจากริมฝีปาก

บางคนได้รับคำตอบและพระพรจากพระเจ้าผ่านคำพูดในแง่บวกและคำพูดแห่งความเชื่อ แต่บางคนไม่ได้รับคำตอบเนื่องจากคำพูดในแง่ลบของเขาแม้เขาจะทำงานเพื่อพระเจ้าอย่างสัตย์ซื่อและอธิษฐานอย่างพากเพียรก็ตาม ในมัทธิวบทที่ 8 พระเยซูทรงยกย่องความเชื่อของนายร้อยหลังจากพระองค์ทรงได้ยินคำพูดแห่งความเชื่อของเขาและทรงประทานคำตอบให้กับเขา นายร้อยคนนั้นกล่าวคำพูดแบบใดจนทำให้เขาได้รับคำชมเชยจากพระเยซูและความปรารถนาของเขาได้รับการตอบสนองจากพระองค์

ในสมัยของพระเยซูพวกยิวอยู่ภายใต้อาณัติและการปกครองของจักรภพโรม ทหารโรมประจำการอยู่ทั่วไปในอิสราเอล ภายใต้สถานการณ์เช่นนี้และด้วยอำนาจดังกล่าวจึงไม่ใช่เรื่องง่ายที่นายร้อยชาวโรมันคนหนึ่งซึ่งประจำการอยู่ในอิสราเอลจะไปหาคนบางคนในประเทศที่อยู่ใต้อาณัติของเขาและขอบางสิ่งบางอย่างจากคนนั้น แต่นายร้อยคนนี้มีความดี ดังนั้นเขาจึงไปหาพระเยซูด้วย

ใจถ่อมโดยไม่ให้ความสำคัญกับตำแหน่งของอำนาจของตน เขาทูลรบเร้าให้พระเยซูรักษาคนรับใช้ของเขาว่า "พระองค์เจ้าข้า ผู้รับใช้ของข้าพระองค์เป็นอัมพาตอยู่ที่บ้าน ทนทุกข์เวทนามาก" (มัทธิว 8:6) พระเยซูทรงเห็นจิตใจที่ดีงามของเขาและตรัสตอบเขาว่า "เราจะไปรักษาเขาให้หาย" (ข้อ 7)

แต่นายร้อยคนนั้นกราบทูลในสิ่งที่คาดไม่ถึงกับพระองค์ว่า "ขอพระองค์ตรัสเท่านั้น ผู้รับใช้ของข้าพระองค์ก็จะหายโรค" (ข้อ 8) เขากล่าวถ้อยคำแห่งความเชื่อโดยพูดว่าแม้พระเยซูไม่เสด็จไปหาคนรับใช้ของเขาด้วยพระองค์เองเขาก็รู้ว่าคนรับใช้ของเขาจะหายโรคด้วยคำตรัสของพระเยซู เหตุผลที่เขาสามารถกล่าวถ้อยคำแห่งความเชื่อเช่นนั้นได้ก็เพราะว่าเขาเชื่อแน่ว่าพระเยซูทรงเป็นพระบุตรของพระเจ้า จากนั้นพระเยซูทรงยกย่องเขาตรัสว่า "เราไม่เคยพบความเชื่อที่ไหนมากเท่านี้แม้ในอิสราเอล" (ข้อ 10) และทรงอวยพรเขาว่า "ไปเถิด ท่านได้เชื่ออย่างไรก็ให้เป็นแก่ท่านอย่างนั้น" (ข้อ 13) และในเวลานั้นเองคนรับใช้ของเขาก็หายเป็นปกติ

พระคัมภีร์เน้นหนักเรื่องถ้อยคำแห่งริมฝีปากของเรา

สดุดี 34:12-13 กล่าวว่า "มนุษย์คนใดผู้ปรารถนาชีวิตและรักวันคืนทั้งหลาย เพื่อเขาจะได้เห็นของดี จงระวังลิ้นของเจ้าจากความชั่ว และอย่าให้ริมฝีปากพูดเป็นอุบายล่อลวง" สุภาษิต 13:2 กล่าวว่า "คนจะกินของดีจากผลปากของตน แต่จิตใจของคนละเมิดจะกิน

ความทารุณ" จากพระคัมภีร์ทั้งสองตอนนี้เราได้เรียนรู้ว่าเราสามารถได้รับพระพรหรือพบกับความยุ่งยากเพราะถ้อยคำจากริมฝีปากของเรา

โรม 10:10 กล่าวเช่นกันว่า "ด้วยว่าความเชื่อด้วยใจก็นำไปสู่ความชอบธรรม และการยอมรับด้วยปากก็นำไปสู่ความรอด" พระเยซูตรัสไว้ในมัทธิว 10:32 ว่า "เหตุดังนั้นผู้ใดจะรับเราต่อหน้ามนุษย์ เราจะรับผู้นั้นต่อพระพักตร์พระบิดาของเราผู้ทรงสถิตในสวรรค์ด้วย" พระคัมภีร์ข้อเหล่านี้บอกเราว่าความเชื่อของคริสเตียนควบคู่มากับคำพูดแห่งความเชื่อ ด้วยเหตุนี้ ผมหวังว่าท่านจะมีชีวิตที่เต็มล้นไปด้วยคำตอบและพระพรผ่านทางคำพูดแห่งความซื่อตรงและความเชื่ออยู่เสมอ

จงทิ้งผ้าห่มของท่านเสีย

ในการดำเนินชีวิตของเราเราพบกับปัญหาทั้งเล็กและใหญ่ ปัญหาบางอย่างแก้ไขไม่ได้ด้วยพลังอำนาจของมนุษย์ แต่ทุกคนที่มาหาองค์พระผู้เป็นเจ้าสามารถรับเอาคำตอบต่อปัญหาทุกอย่างของตน มาระโกบทที่ 10 กล่าวถึงชายคนหนึ่งชื่อบารทิเมอัสซึ่งเป็นคนขอทานตาบอด ถ้าเขาสามารถมองเห็นเขาคงไม่ต้องมาเป็นคนขอทาน แต่เนื่องจากความตาบอดของเขาเขาจึงไม่สามารถทำสิ่งใดได้นอกจากขอทาน ชีวิตของเขาสิ้นหวังมาก เขาต้องการมองเห็นโลกรอบข้างเขามากกว่าสิ่งอื่นใด วันหนึ่ง เขาได้พบกับพระเยซูและความปรารถนาของเขาได้รับการตอบสนอง เพราะเหตุใดบารทิเมอัสคนตาบอดจึงได้รับคำตอบต่อคำวิงวอนของเขา

ประการแรก เพราะเขามีจิตใจที่ดีงาม
แม้บารทิเมอัสจะมองไม่เห็น แต่เขาก็ยังคงได้ยินข่าวอันน่าอัศจรรย์ว่าพระเยซูทรงรักษาผู้ป่วยให้หายและทำหมายสำคัญและกา

รอัศจรรย์อีกมากมาย เมื่อความเชื่อเติบโตขึ้นในเขา จิตใจของเขาก็เริ่มเผาผลาญอยู่ภายในเขาเพราะเขาเชื่อว่าปัญหาของเขาสามารถรับการแก้ไขได้เช่นกันถ้าเขาได้พบพระเยซู บารทิเมอัสมีจิตใจที่ดีงามมากถึงขนาดว่าเมื่อเขาได้ยินพระกิตติคุณเขาสามารถรับเอาพระกิตติคุณนั้นและเชื่อในสิ่งที่เขาได้ยิน

ประการที่สอง เพราะร้องเรียกในการทูลขอ
หลังจากเขาได้ยินว่าพระเยซูกำลังเสด็จมายังเมืองเยรีโค บารทิเมอัสต้องการที่จะพบพระเยซู ช่วงเวลาที่เขาเฝ้ารอคอยได้มาถึงในที่สุด เมื่อได้ยินสิ่งที่ประชาชนรอบข้างเขากำลังพูดถึง บารทิเมอัสรู้ว่าพระเยซูกำลังเสด็จมายังจุดที่เขานั่งอยู่ เขาเริ่มร้องทูลว่า "ท่านเยซู บุตรดาวิดเจ้าข้า ขอทรงเมตตาข้าพระองค์เถิด" หลายคนสั่งห้ามให้เขานิ่งเสีย แต่เขายิ่งร้องเสียงดังมากขึ้นว่า "บุตรดาวิดเจ้าข้า ขอทรงเมตตาข้าพระองค์เถิด" ในมาระโก 10:46-52 เราพบว่าจากการกระทำแห่งความเชื่อของเขานี้ทำให้บารทิเมอัสได้รับคำตอบ ถ้าเราร้องทูลในคำอธิษฐานด้วยความเชื่ออย่างต่อเนื่องไปจนถึงที่สุดและแสวงหาพระองค์อย่างพากเพียร เราก็จะได้รับคำตอบจากพระเจ้าด้วยเช่นกัน (เยเรมีย์ 29:12-13)

ประการที่สาม เพราะเขาโยนผ้าห่มของเขาทิ้งเสียและเข้ามาอยู่ต่อพระพักตร์พระเยซู
สำหรับคนขอทาน ผ้าห่มถือเป็นสิ่งของในครอบครองที่สำ

คัญมาก ผ้าห่มเป็นสิ่งจำเป็นที่เขาต้องใช้ไม่ว่าจะหนาวหรือร้อน แต่บารทิเมอัสโยนผ้าห่มของตนทิ้งเสียและลุกขึ้นมาหาพระเยซู ในฝ่ายวิญญาณผ้าห่มเป็นสัญลักษณ์ของความบาปอันโสโครกและความเน่าเหม็นของจิตใจที่ไม่สะอาด ดังนั้นการ "โยนผ้าห่มของตนทิ้ง" ในฝ่ายวิญญาณจึงหมายถึงการกำจัดความไม่ซื่อตรง ความเกลียดชัง และความโลภในจิตใจทิ้งไปและการแสดงออกถึงการกลับใจเพื่อจะมาสู่สถานที่อันบริสุทธิ์

เมื่อทอดพระเนตรเห็นความเชื่อและการกระทำของบารทิเมอัส พระเยซูจึงตรัสถามเขาว่า "เจ้าปรารถนาจะให้เราทำอะไรแก่เจ้า" เขาทูลตอบพระองค์ว่า "พระอาจารย์เจ้าข้า ขอโปรดให้ตาข้าพระองค์เห็นได้" และพระเยซูทรงช่วยให้เขามองเห็นตามที่เขาต้องการ เช่นเดียวกับบารทิเมอัส เมื่อเรากำจัดความเน่าเหม็นและความโสโครกของบาปทิ้งไปและมีจิตใจที่สะอาด เราก็สามารถพบกับองค์พระผู้เป็นเจ้าและได้รับคำตอบต่อปัญหาทุกอย่างเช่นกัน

เพื่อให้มีสันติสุขที่แท้จริง

ปกติผู้คนคิดว่าเขาสามารถมีความพึงพอใจและสันติสุขเมื่อเขามีหลายสิ่งหลายอย่าง อย่างไรก็ตาม ทั้งคนรวยและคนจนต่างก็มีความวิตกกังวลในชีวิตของตนเอง ถ้าเขาไม่รู้จักเป้าหมายและความหมายที่แท้จริงของชีวิต เขาจะวิตกกังวลเกี่ยวกับเรื่องเล็ก ๆ น้อย ๆ สิ่งนี้ทำให้ขาดความสุขที่แท้จริงในชีวิตเขา "เรามอบสันติสุขไว้ให้แก่ท่านแล้ว สันติสุขของเราที่ให้แก่ท่านนั้น เราให้ท่านไม่เหมือนโลกให้ อย่าให้ใจของท่านวิตกและอย่ากลัวเลย" (ยอห์น 14:27) ถ้าเช่นนั้น เราจะมีสันติสุขที่แท้จริงได้อย่างไร

ประการแรก เราควรรู้จักหน้าที่และฐานะของเราเหนือสิ่งอื่นใด เราควรรู้จักหน้าที่และความสามารถของเราดีและชัดเจน เราจะรู้จักคุณค่าของการดำเนินชีวิตของเราและมีสันติสุขที่แท้จริงเมื่อเราเข้าใจฐานะของเราและทำหน้าที่ของเราให้สำเ

ร็จฐานะพ่อแม่ ลูก นักเรียนนักศึกษา หรือลูกจ้าง นอกจากนั้น เมื่อเราทุ่มเทอย่างสุดกำลังในการทำหน้าที่ซึ่งเราได้รับมอบหมายจากพระเจ้าให้สำเร็จในฐานะศิษยาภิบาล ผู้นำกลุ่มย่อย ผู้นำเซลล์ หรือสมาชิกในคณะนักร้องก็ตาม ความชื่นชมยินดีและสันติสุขก็จะมาเหนือเรา และเมื่อเราวัดขนาดความเชื่อของเราอย่างถูกต้องและพยายามที่จะเพิ่มพูนขนาดความเชื่อนั้นขึ้นไปในระดับที่สูงกว่า พระคุณของพระเจ้าจากเบื้องบนก็จะลงมาเหนือเราและเราสามารถทำหน้าที่ของเราให้สำเร็จด้วยดี

ประการที่สอง เราควรเป็นผู้ที่รู้สึกขัดสนในฝ่ายวิญญาณ

คนที่รู้สึกบกพร่องฝ่ายวิญญาณจะทำจิตใจของตนให้ว่างเปล่าและรู้สึกพึงพอใจในสิ่งที่เขามีอยู่ในเวลานี้และทำหน้าที่ของตนให้ดีที่สุด เขาไม่ต้องการที่จะครอบครองทรัพย์มากกว่าที่เขาควรมี เนื่องจากเขาไม่มีความโลภ เขาดำเนินชีวิตตามพระคำของพระเจ้า ไม่ใช่ตามความคิดของตนเอง ดังนั้นเขาจึงไม่รู้สึกทุกข์ใจและเขาชื่นชมกับสันติสุขที่แท้จริง ในทางตรงกันข้าม คนที่รู้สึกว่าตนเป็นคนมั่งคั่งฝ่ายวิญญาณจะสำสมหลายสิ่งหลายอย่างเอาไว้ด้วยความโลภ แต่เขาไม่มีความพึงพอใจหรือมีสันติสุข เพราะเหตุนี้ ปัญญาจารย์ 1:8 จึงบอกเราว่า “สารพัดเหนื่อยกันหมด คนใด ๆ ก็พูดไม่ออก นัยน์ตาก็ดูไม่อิ่มหรือหูก็ฟังไม่เต็ม”

ประการที่สาม เราควรควบคุมจิตใจของเราและประพฤติตนอยู่ในความเชื่อ

ผู้คนส่วนใหญ่ชืนชมยินดีเมือเขามีสิงทีน่าชืนชมยินดี แต่เขาจะรู้สึกทุกข์และสูญเสียความยินดีเมือสิงทีโศกเศร้าและน่าเสียใจเกิดขึน แต่พระเจ้าทรงบอกให้เราชืนบานอยู่เสมอและขอบพระคุณในทุกกรณี พระเจ้าแห่งความรักทรงไถ่เราให้พ้นจากบาปทังสินของเราด้วยการส่งพระบุตรองค์เดียวของพระองค์มายังโลกนีและทรงประทานพระคุณให้กับเราซึงโดยพระคุณนีทำให้เราสามารถมีชีวิตนิรันดร์ในสวรรค์อันงดงาม ยิงกว่านัน ด้วยการส่งพระวิญญาณบริสุทธิ์มาเป็นพระผู้ช่วยเรา พระองค์ทรงช่วยให้เราดำเนินชีวิตอยู่ในความจริงและมีชัยชนะทุกเวลาด้วยความช่วยเหลือของพระเจ้า

ผู้คนทีรู้จักความรักและพระคุณของพระเจ้าจะพยายามประพฤติตามน้ำพระทัยของพระเจ้าและควบคุมจิตใจของตนภายใต้ทุกสถานการณ์ เมือเขาทำเช่นนัน พระเจ้าจะประทานสันติสุขและคำตอบทีแท้จริงให้กับคำอธิษฐานของเขาอย่างรวดเร็ว

วิธีเอาชนะความเครียด

ความเครียดกระจัดกระจายอยู่ทั่วไปในท่ามกลางผู้คนยุคใหม่จนมีการเรียกความเครียดนี้ว่า "โรคระบาดระดับโลกที่เพิ่งมีการค้นพบ" ถ้าท่านตกอยู่ภายใต้ความเครียดท่านจะรู้สึกวิตกกังวลและตึงเครียดทางด้านความคิดและร่างกายเนื่องจากความยุ่งยากในชีวิตท่าน ความเครียดนี้ต้นเหตุหลักของโรคนานาชนิด ถ้าเช่นนั้นเราจะเอาชนะความเครียดนี้ได้อย่างไร

ประการแรก ในฐานะบุคคลเราต้องเข้าใจคุณค่าและเป้าหมายของชีวิตเราอย่างชัดเจน

เมื่อเรารู้จักคุณค่าและเป้าหมายที่แท้จริงของชีวิตและรู้จักคำตอบของคำถามที่ว่า "ผมมาจากไหน ผมมีชีวิตอยู่เพื่ออะไร และผมควรจะไปไหน" เราก็จะไม่รู้สึกกังวลเกี่ยวกับสิ่งเล็ก ๆ น้อย ๆ และเราจะไม่เป็นห่วงสิ่งเหล่านี้ ปัญญาจารย์ 12:13 กล่าวว่า "ให้เราฟังตอนสรุปความกันทั้งสิ้นแล้ว คือจงยำเกรงพระเจ้า

และรักษาพระบัญญัติของพระองค์ เพราะนี่แหละเป็นหน้าที่ทั้งสิ้นของมนุษย์" ด้วยเหตุนี้ เราควรเข้าใจหน้าที่ทั้งสิ้นของเราในฐานะที่เป็นมนุษย์และวางความหวังของเราไว้ในสวรรค์และเราต้องไม่หมกมุ่นกับสิ่งของฝ่ายโลก จากนั้นเราก็สามารถดำเนินชีวิตด้วยความชื่นบานและการขอบพระคุณโดยไม่รู้สึกตึงเครียด

ประการที่สอง เราควรมอบทุกสิ่งไว้กับองค์พระผู้เป็นเจ้า
ฟีลิปปี 4:6-7 กล่าวว่า "อย่าทุกข์ร้อนในสิ่งใด ๆ เลย แต่จงทูลเรื่องความปรารถนาของท่านทุกอย่างต่อพระเจ้า ด้วยการอธิษฐาน การวิงวอน กับการขอบพระคุณ แล้วสันติสุขแห่งพระเจ้า ซึ่งเกินความเข้าใจทุกอย่าง จะคุ้มครองจิตใจและความคิดของท่านไว้ในพระเยซูคริสต์" เมื่อท่านพบกับปัญหาต่าง ๆ ท่านไม่ควรวิตกกังวล แต่ตรงกันข้าม ท่านควรอธิษฐานมอบทุกสิ่งไว้กับองค์พระผู้เป็นเจ้า จากนั้นองค์พระผู้เป็นเจ้าจะทรงประทานสันติสุขให้กับท่านและทำให้ท่านเกิดผลอันดีในทุกสิ่ง

ประการที่สาม เราควรหยุดพักเป็นประจำ
หลังจากทรงสร้างฟ้าสวรรค์และแผ่นดินโลกและสิ่งสารพัดที่อยู่ในที่เหล่านั้นแล้วเป็นเวลาหกวันพระเจ้าทรงหยุดพักในวันที่เจ็ด พระองค์ทรงสั่งให้เราทำงานหนักเป็นเวลาหกวันและหยุดพักในวันที่เจ็ดเช่นกัน (อพยพ 20:8-11) ถ้าเราทำงานอย่างขยันหมั่นเพียรเป็นเวลาหกวันและถวายการนมัสการแด่พระเจ้าในคริสตจักรในวันอาทิตย์ตามพระคำของพระเจ้า เราก็สามารถ

พบกับการหยุดพักทั้งในฝ่ายร่างกายและวิญญาณ เมื่อเรานมัสการด้วยจิตวิญญาณและความจริงในช่วงการนมัสการเราก็สามารถทำให้พระคำของพระเจ้าเป็นอาหารฝ่ายวิญญาณสำหรับเรา วิญญาณจิตของเราจะจำเริญขึ้น และความเหน็ดเหนื่อยฝ่ายร่างกายและวิญญาณก็จะหมดสิ้นไป

ประการที่สี่ เราควรพัฒนากำลังภายใน

เหมือนที่ 1 ยอห์น 4:4 กล่าวไว้ว่า "ลูกเล็ก ๆ ทั้งหลายเอ๋ย ท่านเป็นฝ่ายพระเจ้า และได้ชนะเขาเหล่านั้น เพราะว่าพระองค์ผู้สถิตอยู่ในท่านทั้งหลายเป็นใหญ่กว่าผู้นั้นที่อยู่ในโลก" บุตรของพระเจ้าทุกคนมีพระวิญญาณบริสุทธิ์เป็นพระผู้ช่วยอยู่ในจิตใจของเขา พระวิญญาณบริสุทธิ์จะประทานกำลังในการอธิษฐานให้กับเราด้วยการทรงวิงวอนเพื่อความอ่อนแอของเรา พระองค์ทรงประทานกำลังใหม่ให้กับเรา (โรม 8:26) เมื่อเราเต็มล้นด้วยพระวิญญาณบริสุทธิ์อยู่เสมอด้วยการตื่นตัวอธิษฐานอยู่ตลอดเวลา เราก็สามารถรับเอากำลังภายในซึ่งจะช่วยให้เราสามารถทำทุกสิ่งได้และเราสามารถเอาชนะสถานการณ์ที่ตึงเครียดได้ ด้วยเหตุนี้ ผมหวังว่าท่านจะเอาชนะความเครียดทุกชนิดได้ด้วยความเชื่อในพระเจ้าและหวังว่าความสุขและความหวังในเรื่องแผ่นดินสวรรค์จะเปี่ยมล้นอยู่ในจิตใจของท่าน

กฎฝ่ายวิญญาณในเรื่องคำตอบ

พระเจ้าทรงฟังคำอธิษฐานของเราและทรงตอบคำอธิษฐานเหล่านั้นตามความยุติธรรมของกฎฝ่ายวิญญาณ กฎแห่งความยุติธรรมเหล่านั้นได้แก่พระวิญญาณทั้งเจ็ดของพระเจ้า

พระวิญญาณทั้งเจ็ดหมายถึงพระทัยของพระเจ้าผู้ทรงเป็นพระวิญญาณ คำว่า "เจ็ด" ในที่นี้ไม่ได้หมายความว่าพระเจ้าทรงมีเจ็ดวิญญาณแต่หมายความว่าพระเจ้าทรงสมบูรณ์แบบเนื่องจาก "เจ็ด" เป็นตัวเลขแห่งความสมบูรณ์แบบ พระวิญญาณทั้งเจ็ดค้นดูจิตใจและการกระทำของมนุษย์และทรงทำการตามความยุติธรรมสำหรับผู้คนที่มีขนาดครบตามที่กำหนดไว้เพื่อให้ได้รับคำตอบ ดังนั้นพระวิญญาณทั้งเจ็ดจึงเป็นเหมือนเครื่องมือวัดหรือมาตราวัดของพระเจ้าที่จะวัดขนาดความเชื่อและประทานคำตอบ ถ้าเช่นนั้นพระวิญญาณทั้งเจ็ดทรงวัดสิ่งใด

ประการแรกได้แก่ขนาดแห่งความเชื่อ

พระเจ้าตรัสไว้อย่างชัดเจนว่าทุกอย่างจะเป็นไปตามที่ท่านเชื่อ ดังนั้นถ้าเราเชื่อจากจิตใจของเราและพูดบางสิ่งบางอย่าง สิ่งนั้นก็จะเป็นจริงอย่างแน่นอน แต่ถ้าไม่มีคำตอบเกิดขึ้น แม้ท่านจะประกาศถึงความเชื่อของท่านด้วยริมฝีปากของตน สิ่งนั้นก็แสดงว่าความเชื่อของท่านไม่ใช่ความเชื่อฝ่ายวิญญาณที่พระเจ้าทรงยอมรับ ความเชื่อฝ่ายวิญญาณเป็นสิ่งที่พระเจ้าประทานให้ตามขนาดของการบรรลุถึงการชำระให้บริสุทธิ์ของเรา เมื่อเรามีความเชื่อเช่นนั้นเราก็สามารถเชื่อฟังพระคำของพระเจ้าอย่างสมบูรณ์

ประการที่สองได้แก่ขนาดแห่งความชื่นชมยินดี
ก่อนที่เราเชื่อในพระเจ้าเราดำเนินชีวิตโดยปราศจากความชื่นชมยินดี แต่เมื่อเราได้รับความรอดและได้เป็นพลเมืองของสวรรค์ เราก็เต็มไปด้วยความชื่นชมยินดี สาเหตุก็เพราะเรารู้ว่าครั้งหนึ่งเราเคยมุ่งหน้าไปสู่นรกและความตายนิรันดร์ แต่เราได้รับชีวิตนิรันดร์และเต็มล้นด้วยความหวังเรื่องแผ่นดินสวรรค์ การตระหนักรู้เช่นนั้นนำความชื่นชมยินดีที่พลุ่งขึ้นมาจากส่วนลึกแห่งจิตใจของเราอย่างแท้จริงมาให้เรา ความชื่นชมยินดีเป็นเครื่องหมายแห่งการเป็นบุตรของพระเจ้าและเป็นกลิ่นหอมที่แยกคนของพระคริสต์ออกจากคนอื่นและเป็นหลักฐานยืนยันว่าเขามีความเชื่อที่สามารถนำคำตอบลงมาได้ แต่ถ้าความรักและความร้อนรนของท่านเยือกเย็นลงและความเชื่อของท่านเป็นแต่อุ่น ๆ หรือถ้าท่านทำบาปและสร้างกำแพงแห่งความบาปขึ้นความชื่นชมยินดีก็จะจางหายไป ในกรณีเช่นนี้เราต้องรื้อฟื้นควา

มรักดังเดิมขึ้นมาด้วยการทำลายกำแพงแห่งความบาปนั้นลงไป

ประการที่สามได้แก่ขนาดแห่งการอธิษฐาน

เราควรอธิษฐานตามพระทัยและน้ำพระทัยของพระเจ้า ลักษณะของคำอธิษฐานที่พระเจ้าทรงต้องการคือคำอธิษฐานที่พบอยู่ในลูกา 22:42-44 นี่เป็นคำอธิษฐานที่ได้มาด้วยนิสัยและเป็นคำอธิษฐานอย่างไม่หยุดหย่อน ท่านควรคุกเข่าในการอธิษฐานเช่นกันและควรอธิษฐานด้วยใจร้อนรนตามน้ำพระทัยของพระเจ้าโดยไม่เห็นแก่ประโยชน์ส่วนตัวของท่าน และท่านควรอธิษฐานด้วยความเชื่อและความรัก กล่าวคือ ท่านต้องอธิษฐานด้วยความรักที่มีต่อพระเจ้าโดยเชื่อว่าพระเจ้าจะทรงตอบท่าน พระเจ้าทรงยอมรับกลิ่นหอมแห่งคำอธิษฐานเช่นนี้ด้วยความปีติยินดี

ประการที่สี่ได้แก่ขนาดแห่งการขอบพระคุณ

ความชื่นชมยินดีกับการขอบพระคุณถือเป็นหนึ่งในหลักฐานที่ยืนยันว่าเราเป็นบุตรของพระเจ้า ผู้คนที่เชื่อว่าพระเจ้าทรงพระชนม์อยู่และเชื่อว่าสวรรค์และนรกมีอยู่จริง คนเหล่านี้สามารถกล่าวคำขอบพระคุณได้ทุกเวลาจากส่วนลึกแห่งจิตใจของเขาภายใต้ทุกสถานการณ์ พระเจ้าจะทรงทำให้เราเกิดผลอันดีในทุกสิ่งเมื่อเราถวายคำอธิษฐานแห่งการขอบพระคุณไม่ใช่เฉพาะในสถานการณ์ที่น่าชื่นชมเท่านั้น แต่ในสถานการณ์แห่งความยากลำบากด้วยเช่นกัน

ประการที่ห้าได้แก่ขนาดแห่งการรักษาพระบัญญัติ

พระคัมภีร์หลายหน้าบอกเราให้ทำสิ่งนี้และไม่ให้ทำสิ่งนั้น ให้รักษาบางสิ่งและให้กำจัดบางอย่างทิ้งไป พระบัญญัติสิบประการสรุปเนื้อหาทั้งสิ้นของธรรมบัญญัติและกฎเกณฑ์ต่าง ๆ เอาไว้เหมือนที่กล่าวไว้ใน 1 ยอห์น 5:3 ว่า "เพราะนี่แหละเป็นความรักของพระเจ้า คือที่เราทั้งหลายรักษาพระบัญญัติของพระองค์" การรักษาพระบัญญัติคือหลักฐานของความรักที่เรามีต่อพระเจ้า เราจะได้รับคำตอบก็ต่อเมื่อเราสำแดงความรักด้วยการรักษาพระบัญญัติแล้วเท่านั้น

ประการที่หกได้แก่ขนาดแห่งความสัตย์ซื่อ

พระวิญญาณทั้งเจ็ดวัดดูว่าเราทำงานต่อพระพักตร์พระเจ้าด้วยความสัตย์ซื่อเพียงใดเมื่อเราทำหน้าที่ของเรา พระเจ้าทรงต้องการให้เราทำงานอย่างสัตย์ซื่อในทุกสถานที่ไม่ใช่เฉพาะในคริสตจักร แต่ในครอบครัวและในที่ทำงานของเราด้วยเช่นกัน พระเจ้าทรงพอพระทัยกับความสัตย์ซื่อฝ่ายวิญญาณที่นำมาถวายด้วยจิตใจอันบริสุทธิ์และปราศจากความชั่วร้าย

ประการที่เจ็ดได้แก่ขนาดแห่งความรัก

ความรักเป็นเหมือนเชือกที่ผูกพันทั้งหกด้านไว้ด้วยกัน นี่เป็นจุดประสงค์สูงสุดสำหรับการเตรียมมนุษย์บนโลกนี้ ไม่ว่าเราจะทำสิ่งใดก็ตาม (ไม่ว่าจะเป็นการอธิษฐานหรือการทำงานอย่างสัตย์ซื่อ) สิ่งนั้นจะเต็มไปด้วยความหมายเมื่อเราทำด้วยค

วามรักที่มีต่อพระเจ้าและต่อเพื่อนบ้าน (1 โครินธ์ 13:1-3) สมมุติว่าท่านดูจะทำงานอย่างสัตย์ซื่อในการทำหน้าที่ของท่าน แต่ท่านเกิดบันดาลโทสะออกมาเพราะบางสิ่งไม่ตรงกับความคิดของท่าน นั่นก็แสดงว่าท่านไม่ได้ทำหน้าที่ของตนด้วยความรัก เมื่อเราเพาะบ่มความรักเอาไว้เราก็สามารถพูดว่าเราได้ประสบความสำเร็จในทุกสิ่งอย่างโดยสมบูรณ์ จากนั้นเราก็สามารถทำให้พระเจ้าพอพระทัยและได้รับคำตอบ พระพร และการรักษาโรคอย่างรวดเร็ว

ตอนที่ 5

คนงานที่พระเจ้าทรงพอพระทัย

คนทีมีความฝันและทำให้ฝันเป็นจริง|ผู้อารักขาทีดี|คนทีแสดงความรับผิดชอบ|คนชอบธรรม|คนซือตรง|คนทีองค์พระผู้เปินเจ้าทรงยกย่อง|เราต้องประพฤติตนในพระวิญญาณเท่านัน|เพือให้เกิดผลอย่างบริบูรณ์|การอยู่อย่างสงบกับทุกคน|เพือให้เป็นอันหนึงอันเดียวกันในองค์พระผู้เป็นเจ้า|ทีอยู่อาศัยและรางวัลทีเราได้รับตามการกระทำของเรา|คนทีรับใช้คือผู้เป็นเอกเป็นใหญ่

"ให้ทุกคนถือว่าเราเป็นผู้รับใช้ของพระคริส
ต์และเป็นผู้อารักขาสิ่งลึกลับของพระเจ้า
ยิ่งกว่านี้ฝ่ายผู้อารักขาเหล่านั้นต้องเป็นคน
ที่สัตย์ซื่อทุกคน"
(1 โครินธ์ 4:1-2)

คนที่มีความฝันและทำให้ฝันเป็นจริง

ผู้คนที่มีความฝันจะมีความสุข เมื่อเขาเริ่มต้นทำตามแผนการของตนและพยายามอย่างหนักที่จะบรรลุตามแผนการนั้นเพื่อทำให้ฝันของเขาเป็นจริง ชีวิตของเขาจะมีความกระตือรือร้นมากขึ้นและเขาจะรู้สึกมีความสุข ความฝันของเขายิ่งใหญ่มากขึ้นเท่าใดเขาก็ยิ่งต้องใส่ความพยายามและความอดทนเข้าไปในแผนนั้นมากขึ้นเท่านั้นเพื่อทำให้แผนนั้นสำเร็จ แต่หลังจากใช้ความพยายามทั้งสิ้นที่เขามีอยู่ ผลลัพธ์และความชื่นชมยินดีที่เขาได้รับนั้นไม่มีสิ่งใดเปรียบได้เลย นักเรียนนักศึกษามีความฝันที่จะเข้าเรียนในมหาวิทยาลัยหรือเข้าทำงานในบริษัทที่เขาต้องการ และผู้ใหญ่มีความฝันที่จะมีบ้านของตนหรือขยายกิจการของตนออกไป

ผู้คนมีทั้งความฝันเล็ก ๆ และความฝันใหญ่ ๆ และในฐานะบุตรของพระเจ้าเราควรมีความฝันด้วยเช่นกัน ความฝันของเราคือการมีชีวิตนิรันดร์ด้วยการดำเนินชีวิตที่พระเจ้าทรงต้องการ การมีคุณสมบัติที่เห็นองค์พระผู้เป็นเจ้าด้วยการทำหน้าที่ซึ่งเราได้รับมอบหมายจากพระเจ้าให้สำเร็จ และการช่วยดวงวิญญาณให้รอดในจำนวนมากที่สุดที่เราสามารถทำได้ จากการที่เราทำให้ฝันเหล่า

นีสำเร็จลุล่วงอย่างสมบูรณ์ผู้เชือจะได้ชืนชมกับสง่าราศีและความสุขนิรันดร์ในสวรรค์ เราจะสามารถทำให้ความฝันนีเป็นจริงได้อย่างไร

ประการแรก เราต้องทำงานอย่างสัตย์ซือ

1 โครินธ์ 4:2 กล่าวว่า "ยิงกว่านีฝ่ายผู้อารักขาเหล่านันต้องเป็นคนทีสัตย์ซือทุกคน" ดังนันเราต้องทำงานอย่างสัตย์ซือ หน้าทีของผู้เชือคือการนมัสการด้วยจิตวิญญาณและความจริงและการประพฤติตามพระคำของพระเจ้า คนงานทีรับผิดชอบดูแลดวงวิญญาณควรดูแลผู้เชือใหม่และผู้คนทีมีความเชืออ่อนแอ ช่วยเขาให้เติบโตขึนในฝ่ายวิญญาณ และทำให้จำนวนของผู้คนทีได้รับความรอดเพิมมากขึนทุกวัน ยิงท่านทำงานอย่างสัตย์ซือมากขึนเท่าใด รางวัลในสวรรค์ก็จะถูกสำสมไว้มากขึนเท่านันและท่านจะได้รับการรับรองและความรักจากพระเจ้าและสมาชิกคนอืน ๆ มากขึนเช่นกัน

ประการทีสอง เราต้องมีแผนฝ่ายวิญญาณ

เราต้องมีแผนฝ่ายวิญญาณเพือพัฒนาความเชือของเราให้ดีขึนกว่าเวลานี เราควรวางแผนทีจะทำตามคำสังสอนของพระคริสต์ เราต้องทำให้พระคำของพระเจ้าเป็นอาหารฝ่ายวิญญาณพร้อมกับรักและรับใช้พีน้องชายหญิงของเรา จากนันพระเจ้าจะทรงประทานสติปัญญาทีจำเป็นแก่เราและทรงนำเราไปสู่ทางลัดของการทำให้ความฝันของเราเป็นจริง

ประการที่สาม เราต้องเป็นที่พอพระทัยพระเจ้า

ผู้คนที่รักพระเจ้าจะรักคริสตจักรซึ่งเป็นพระกายขององค์พระผู้เป็นเจ้าอย่างเป็นธรรมชาติ เขาคิดว่า "คริสตจักรของเราจะเติบโตและถวายสง่าราศีแด่พระเจ้าได้อย่างไร" คนเหล่านี้จะแสวงหาแผ่นดินของพระเจ้าและความชอบธรรมของพระองค์เช่นกันและพยายามที่จะทำให้พระเจ้าพอพระทัยในความเชื่อของตน ฮีบรู 11:6 กล่าวว่า "แต่ถ้าไม่มีความเชื่อแล้ว จะเป็นที่พอพระทัยของพระองค์ก็ไม่ได้เลยเพราะว่าผู้ที่จะมาหาพระเจ้าได้นั้นต้องเชื่อว่าพระองค์ทรงดำรงพระชนม์อยู่และพระองค์ทรงเป็นผู้ประทานบำเหน็จให้แก่ทุกคนที่ขยันหมั่นเพียรแสวงหาพระองค์" ดังนั้นพระเจ้าจึงทรงพอพระทัยกับผู้คนที่สำแดงความเชื่อที่สมบูรณ์ต่อพระเจ้าและพระองค์จะทรงตอบสนองความปรารถนาแห่งจิตใจของเขา

ประการที่สี่ เราต้องคงไว้ซึ่งความอดทนในการอดทนนานของเรา

ในขณะที่ท่านกำลังพยายามที่จะทำให้ความฝันซึ่งท่านได้รับจากพระเจ้าสำเร็จ ท่านอาจพบกับความยุ่งยาก ถึงกระนั้นท่านต้องมีความอดทน ทำหน้าที่ของท่านให้สำเร็จ และรักษาและประพฤติตามพระคำของพระเจ้า การประพฤติตนในความเชื่อเช่นนี้เป็นที่พอพระทัยพระเจ้า เมื่อเราประพฤติตามน้ำพระทัยและแนวทางของพระเจ้าและได้รับการทรงนำของพระองค์ เราก็สามารถทำให้ฝันของเราเป็นจริงเหมือนที่อับราฮัมและโยเซฟได้ทำให้ความฝันของท่านเหล่านั้นเป็นจริง ดังนั้นเราต้องมีความฝันอันยิ่งใหญ่ในองค์พระผู้เป็นเจ้า รับเอาสติปัญญาและกำลังจากพระเจ้าและขยายแผ่นดินของพระเจ้าอย่างยิ่งใหญ่

ผู้อารักขาที่ดี

ผู้คนที่อยู่ในตำแหน่งของระดับผู้บริหารในบริษัทมักต้องการที่จะจ้างผู้คนซึ่งสามารถแสดงออกถึงตะลันต์ความสามารถอันโดดเด่นของตน สาเหตุก็เพราะว่าคนที่ตัดสินความสำเร็จหรือความล้มเหลวของบริษัทคือผู้คนที่ทำงานให้กับบริษัท เช่นเดียวกัน พระเจ้าทรงต้องการที่จะเลือกผู้คนที่เหมาะสมในมุมมองของพระองค์และมอบหมายภารกิจให้กับคนเหล่านั้น ดังนั้น เมื่อเราเกิดผลอย่างบริบูรณ์ด้วยการทำตามพระทัยของพระเจ้า พระองค์จะทรงพอพระทัยและทรงยอมรับว่าเราเป็นผู้อารักขาที่ดี ผู้อารักขาในองค์พระผู้เป็นเจ้าหมายถึงผู้คนที่บริหารจัดการสถานการณ์ที่เกี่ยวกับสภาพแวดล้อม เงินทอง และเวลาที่พระเจ้าทรงมอบให้กับเขา

1 เปโตร 4:11 กล่าวว่า "ถ้าผู้หนึ่งผู้ใดจะกล่าวสั่งสอน ก็ให้กล่าวตามพระโอวาทของพระเจ้าถ้าคนใดรับการปรนนิบัติ ก็ให้ปรนนิบัติตามกำลังซึ่งพระเจ้าทรงโปรดประทานนั้นเพื่อว่าพระเจ้าจะทรงได้รับเกียรติในการทั้งปวงโดยพระเยซูคริสต์การสรรเสริญแ

ละไอศวรรยานุภาพจงมีแด่พระองค์ตลอดไปเป็นนิตย์" ถ้าเช่นนั้น ขอให้เราพูดถึงลักษณะของผู้คนที่เป็นผู้อารักขาที่ดีของพระเจ้าด้วยการสำรวจห้ากรณีตัวอย่างต่อไปนี้

กรณีแรกเกิดขึ้นเมื่อเจ้านายตกอยู่ในความลำบากหรือความยุ่งยาก

ผู้อารักขาที่ชั่วร้ายจะหลีกเลี่ยงหรือเมินหน้าไปจากเจ้านายของตนเมื่อเจ้านายเผชิญกับความยากลำบาก แต่ผู้อารักขาที่ดีจะแบกรับเอาความยากลำบากแทนเจ้านายแม้กระทั่งยอมสละตนเอง นี่คือวิธีการที่ผู้อารักขาที่สามารถรับใช้เจ้านายของตนด้วยชีวิตของเขา

กรณีที่สองอยู่ในการรับใช้ที่เขาทำให้กับเจ้านายของตน

ผู้อารักขาที่ชั่วร้ายจะทำงานมากเท่าที่เขาต้องทำเพียงเพื่อป้องกันตนเองจากการถูกเจ้านายตำหนิเท่านั้น ยกตัวอย่างลูกจ้างบางคนหยุดพักบ่อย ๆ ลูกจ้างบางคนทำงานเพื่อเงินอย่างเดียว และลูกจ้างบางคนทำงานแบบซังกะตายโดยไม่มีความชื่นชมยินดีหรือสำนึกของความสำเร็จ แต่ผู้อารักขาที่ดีจะทำทุกสิ่งด้วยความชื่นชมยินดีและการขอบพระคุณ เขาทำตามความตั้งใจของเจ้านายของตนในทุกเรื่องเนื่องจากเขารักเจ้านายของตนจากส่วนลึกแห่งจิตใจของเขา เขาดูแลเรื่องต่าง ๆ อย่างรวดเร็วด้วยการพยายามเข้าใจจิตใจและเจตนาของเจ้านายของตนและเติมเต็มให้กับค

วามบกพร่องของเจ้านาย

กรณีที่สามอยู่ในการบริหารการเงินของเจ้านาย

ผู้อารักขาที่ชั่วร้ายจะแสวงหาประโยชน์ส่วนตัวด้วยการใช้สิ่งที่เป็นของเจ้านาย แต่ผู้อารักขาที่ดีจะเพิ่มพูนสิ่งที่ตนได้รับมอบหมายจากเจ้านายด้วยการทำงานอย่างขยันหมั่นเพียร เขาไม่มีความโลภในสิ่งใดไม่ว่าจะใหญ่หรือเล็กก็ตาม ถ้าเราต้องการที่จะเป็นผู้อารักขาที่ดีเพื่อแผ่นดินของพระเจ้าเราควรถวายสิบลดที่เป็นของพระเจ้าและใช้เงินทองทั้งหมดของเราอย่างถูกต้องเช่นกัน ท่านไม่สามารถเป็นผู้อารักขาที่ดีได้ถ้าท่านไม่ถวายสิบลดแต่กลับใช้สิบลดเพื่อประโยชน์ของตน หรือแม้ท่านจะถวายสิบลด แต่ถ้าท่านใช้เงินที่เหลืออีกเก้าส่วนตามที่ท่านพอใจโดยคิดว่าเงินเหล่านั้นเป็นของท่าน ถ้าเช่นนั้นท่านก็ไม่ใช่ผู้อารักขาที่ดี

กรณีที่สี่เกิดขึ้นเมื่อเขาได้รับการเลื่อนตำแหน่ง

ผู้อารักขาที่ชั่วร้ายจะลำพองตนและดูถูกเจ้านายของตนเมื่อเขาเริ่มมีทักษะในระดับหนึ่ง แต่ผู้อารักขาที่ดีจะตรวจสอบตนเองและรับใช้เจ้านายของตนด้วยจิตใจที่ถ่อมมากขึ้นเมื่อเขาได้รับการยอมรับ ผู้อารักขาที่ดีแห่งแผ่นดินของพระเจ้าจะอธิษฐานเพื่อทำหน้าที่ซึ่งตนได้รับมอบจากพระเจ้าให้สำเร็จ รู้จักสิ่งที่อยู่ฝ่ายวิญญาณ และเชื่อฟัง เมื่อทำเช่นนั้นเขาจะเกิดผลอย่างงดงาม

กรณีที่ห้าเกิดขึ้นเมื่อเขาพบกับสถานการณ์ที่รุนแรง ผู้อารักขาที่ดีรับใช้เจ้านายของตนและทำงานอย่างสัตย์ซื่อโดยไม่เปลี่ยนใจในขณะที่ผู้รักขาที่ชั่วร้ายจะทรยศเจ้านายของตนด้วยการแสวงหาประโยชน์ส่วนตัวเมื่อเขาเผชิญกับสถานการณ์ความเป็นความตาย สมาชิกคริสตจักรในยุคแรกพร้อมที่จะเป็นเหยื่อของสิงโตและถูกตัดศีรษะเพื่อรักษาความเชื่อที่เขามีในองค์พระผู้เป็นเจ้าเอาไว้ คนเหล่านี้คือผู้อารักขาที่ดี ผู้อารักขาที่ดีมีหัวใจและการทุ่มเทให้กับการอธิษฐานเผื่อแผ่นดินของพระเจ้าอย่างร้อนรน ถวายการอดอาหาร และอุทิศตนในทุกสิ่งด้วยเช่นกัน

คนที่แสดงความรับผิดชอบ

ผู้คนที่ซื่อตรงจะไม่เปลี่ยนไปไม่ว่าในสถานการณ์ใดก็ตาม เขารักคำพูดและจิตใจของตนและเขาแสดงความรับผิดชอบต่อการกระทำของตน เขาสามารถนำผู้คนรอบข้างเขาไปในเส้นทางที่ถูกต้อง หรือเขาช่วยเหลือผู้คนที่ตกอยู่ในสถานการณ์ที่ไม่เป็นธรรมด้วยการพูดความจริงเพื่อคนเหล่านั้นในตำแหน่งของเขา เขาแสดงความรับผิดชอบต่อสิ่งที่เขาทำ เขาได้รับความไว้วางใจจากผู้บังคับบัญชาของตนและเขาได้รับมอบหมายภารกิจที่สำคัญและยิ่งใหญ่กว่าจากผู้บังคับบัญชาเพราะเขาไม่ได้ทำเฉพาะส่วนของตนให้สำเร็จเท่านั้น แต่เขายังช่วยเหลือคนอื่นทำส่วนของตนด้วยเช่นกัน

บุตรของพระเจ้าควรแสดงความรับผิดชอบเช่นนี้สำหรับงานของตนและเขาควรมีบทบาทสำคัญในการเป็นความสว่างและเป็นเกลือสำหรับทุกคน เราต้องทำสิ่งใดบ้างเพื่อให้เราเป็นเช่นนั้น

ประการแรก เราควรเป็นแบบอย่างด้วยการสำแดงคำพูดและการกระทำที่ดี

ติตัส 1:7-9 กล่าวว่า "เพราะว่าผู้ดูแลนั้น ในฐานะที่เป็นผู้รับมอบฉันทะจากพระเจ้า... เป็นผู้รักคนดี เป็นคนมีสติสัมปชัญญะ เป็นคนชอบธรรมเป็นคนบริสุทธิ์ รู้จักบังคับใจตนเองและเป็นคนยึดมั่นในหลักคำสอนอันสัตย์ซื่อตามที่ได้เรียนมาแล้ว..." ด้วยเหตุนี้ คนงานที่ได้รับมอบหมายหน้าที่จากพระเจ้าควรจดจำไว้ว่าองค์พระผู้เป็นเจ้าได้ทรงมอบหน้าที่สำหรับคริสตจักรซึ่งพระองค์ทรงซื้อมาด้วยพระโลหิตของพระองค์ให้กับเขาและเขาต้องระมัดระวังในสิ่งที่เขาพูดและทำ เขาควรเสียสละตนเองทำงานอย่างสัตย์ซื่อ และดำเนินชีวิตที่เป็นแบบอย่างเพื่อแผ่นดินและความชอบธรรมของพระเจ้าด้วยจิตใจของผู้อารักขาที่ดีด้วยเช่นกัน

ประการที่สอง เราควรประกาศพระกิตติคุณและนำดวงวิญญาณมาสู่หนทางแห่งชีวิต

พระเจ้าทรงปรารถนาให้มนุษย์ทุกคนได้รับความรอดและมาถึงความรู้ในเรื่องความจริง (1 ทิโมธี 2:4) ดังนั้นเราต้องประกาศพระกิตติคุณอย่างขยันหมั่นเพียรกับคนที่ไม่เชื่อด้วยความรักและเพาะบ่มความเชื่อไว้ในคนเหล่านั้นและเพิ่มจำนวนของผู้คนที่ได้รับความรอด เหมือนที่อัครทูตเปาโลได้สั่งสอนดวงวิญญาณจำนวนมากและชักนำคนเหล่านั้นมาสู่หนทางแห่งชีวิตนิรันดร์ เราต้อง

ประกาศพระกิตติคุณด้วยใจร้อนรนและนำคนเหล่านั้นให้มาดำเนินชีวิตตามพระคำของพระเจ้าด้วยเช่นกัน

ประการที่สาม เราควรมีความเชื่อซึ่งทำให้เราปรารถนามรดกที่พระเจ้าจะทรงประทานให้

ผู้เชื่อที่มีความเชื่อที่แท้จริงจะสัตย์ซื่อต่อพระพักตร์พระเจ้าและอุทิศตนเองและเขาจะชื่นชมยินดีโดยไม่ปริปากว่าเหน็ดเหนื่อย สาเหตุก็เพราะว่าเขามีความเชื่อที่จะมองไปที่พระเจ้าผู้ทรงตอบแทนเขาตามสิ่งที่เขาได้กระทำ อัครทูตเปาโลอดทนต่อการถวายตัวเป็นเครื่องบูชาทุกรูปแบบด้วยความชื่นชมยินดีเพราะท่านมีความหวังในเรื่องมรดกที่พระเจ้าทรงประทานให้กับท่าน นั่นคือสง่าราศีและรางวัลนิรันดร์ ท่านกล่าวไว้ในฟีลิปปี 2:17 ว่า "แท้จริงถ้าแม้ข้าพเจ้าต้องถวายตัวเป็นเครื่องบูชาและเป็นการปรนนิบัติเพราะความเชื่อของท่านทั้งหลายข้าพเจ้ายังจะมีความชื่นชมยินดีด้วยกันกับท่านทั้งหลาย"

เครื่องดื่มบูชาเป็นเครื่องบูชารูปแบบหนึ่งที่ผู้คนเทน้ำองุ่นลงบนเครื่องบูชา จากน้ำองุ่นจะถูกละเลงลงไปในเครื่องบูชาและเพิ่มกลิ่นหอม แต่ไม่มีใครมองเห็นน้ำองุ่นในเครื่องบูชาเช่นเดียวกับน้ำองุ่น อัครทูตเปาโลต้องการที่จะอุทิศตัวท่านเองอย่างสิ้นเชิงแม้สิ่งนั้นอาจหมายความว่าท่านต้องเสียสละตนเองและทนต่อความยากลำบากทุกชนิดโดยไม่ได้รับการยอมรับนับถือสำหรับการกระทำเช่นนั้น ตราบใดที่ท่านสามารถทำให้

แผ่นดินและความชอบธรรมของพระเจ้าสำเร็จ

ประการที่สี เราเอาใจใส่ดูแลซึ่งกันและกัน

เราควรจัดหาสิ่งที่ผู้เชื่อมีความต้องการและพยายามรับใช้แขกของเราโดยรู้ว่าการให้เป็นเหตุให้มีความสุขยิ่งกว่าการรับ เราควรสำแดงการทำดีและการให้ทานกับทุกคนเมื่อใดก็ตามที่เราทำได้เช่นกัน โดยเฉพาะอย่างยิ่งในกรณีของผู้เชื่อ จากการทำเช่นนั้นเราก็สามารถเป็นแบบอย่างที่สำแดงให้เห็นถึงการรับใช้ขององค์พระผู้เป็นเจ้า เมื่อเราทำดีเช่นนี้ พระเจ้าทรงทำให้วิญญาณจิตของเราจำเริญขึ้นอย่างแน่นอนและเราจะจำเริญสุขทุกประการจนทำให้ความเชื่อของเราเพิ่มพูนขึ้น สิ่งที่เราหว่านลงไปในโลกนี้จะถูกสะสมไว้ในสวรรค์และในแผ่นดินโลกนี้เช่นกัน ด้วยเหตุนี้ เราต้องเอาใจใส่ดูแลเพื่อนบ้านด้วยความเชื่อและความรักและทำดีต่อพระพักตร์พระเจ้า

คนชอบธรรม

ปกติผู้คนมักจะคิดว่าคนชอบธรรมหมายถึงคนที่ไม่สามารถประนีประนอมกับความอธรรมและมีความรู้สึกรุนแรงในเรื่องความชอบธรรม แต่คนชอบธรรมในสายพระเนตรของพระเจ้าได้แก่คนที่กำจัดความบาปทิ้งไปและมีความชอบธรรมในจิตใจของตน โนอาห์ซึ่งสร้างเรือขึ้นด้วยการเชื่อฟังพระเจ้า เศคาริยาห์และนางเอลีซาเบธซึ่งเป็นพ่อแม่ของยอห์นผู้ให้รับบัพติศมา และโครเนลิอัสผู้เป็นนายร้อย คนเหล่านี้ล้วนได้รับการยอมรับจากพระเจ้าว่าเป็นคนชอบธรรม ถ้าเช่นนั้น คนชอบธรรมที่พระเจ้าทรงยอมรับจะมีจิตใจและการประพฤติแบบใด

ประการแรก คนเหล่านี้มีความคิดที่ดี
สุภาษิต 11:23 กล่าวว่า "ความปรารถนาของคนชอบธรรมอยู่ในความดีเท่านั้น" ที่จริง บุคคลอย่างอับราฮัม โยเซฟ และดาเนียล (ซึ่งเป็นที่ยอมรับจากพระเจ้า) ไม่คิดในทำนองว่า "สิ่งนี้เกิดขึ้นกับ

ผมได้อย่างไร" แม้ในยามที่คนเหล่านั้นเผชิญกับสถานการณ์ที่ไม่ยุติธรรม ตรงกันข้าม คนเหล่านั้นให้ทุกสิ่งกับคนอื่นและรอคอยพระเจ้าอยู่อย่างเงียบ ๆ เขาสามารถไปสู่หนทางแห่งความมั่งคั่งอยู่เสมอเพราะพระเจ้าทรงสถิตอยู่กับคนเหล่านั้นด้วยการทอดพระเนตรดูจิตใจของเขา เช่นเดียวกัน ถ้าเราต้องการที่จะดำเนินชีวิตแห่งความดี พระเจ้าจะทรงอนุญาตให้เราเข้าไปสู่หนทางที่มั่งคั่งด้วยการประทานสติปัญญาให้กับเรา

ประการที่สอง คนเหล่านี้บังเกิดผลเก้าอย่างของพระวิญญาณบริสุทธิ์ (กาลาเทีย 5:22-23)

บางคนสำแดงความชั่วและบางคนสำแดงความดีในสถานการณ์แบบเดียวกันโดยขึ้นอยู่กับลักษณะของจิตใจที่เขามีอยู่ ยิ่งเขามีความเกลียดชัง ความอิจฉา และความโลภมากเท่าใดเขาก็มีแนวโน้มที่จะแก้ปัญหาทุกอย่างด้วยวิธีการที่ชั่วร้ายมากยิ่งขึ้นเท่านั้น ในทางตรงกันข้าม ผู้คนที่จิตใจสะอาดบริสุทธิ์ด้วยผลของความรัก ความปลาบปลื้มใจ สันติสุข ความอดกลั้นใจ ความปรานี ความดีความเชื่อความสุภาพอ่อนน้อม และการรู้จักบังคับตนจะแก้ปัญหาทุกอย่างด้วยวิธีการที่ดี

ประการที่สาม คนเหล่านี้เห็นแก่ประโยชน์ของคนอื่น

คนชอบธรรมในสายพระเนตรของพระเจ้าจะไม่เห็นแก่ประโยชน์ส่วนตนไม่ว่าในเรื่องใดก็ตาม

เขาจะไม่สร้างปัญหาให้กับคนอื่น แต่เขาจะพยายามหยิบยื่นความชื่นชมยินดีและความหวังเนื่องจากเขาให้คุณค่ากับทุกคน เขาจะไม่ประพฤติตนอย่างบุ่มบ่ามหรืออย่างไม่เหมาะสม เขาไม่เพียงแต่จะทำหน้าที่ของตนให้สำเร็จเท่านั้น แต่เขาจะให้ความสนใจกับสถานการณ์ของคนอื่นและหนุนใจคนอื่นด้วยเช่นกัน คนเช่นนี้ไม่สามารถทำบาปต่อพระพักตร์พระเจ้าได้ พระเจ้าทรงรักคนชอบธรรมแบบนี้และทรงสถิตอยู่กับเขาด้วยความรักและพระคุณอย่างอัศจรรย์

คนซื่อตรง

บางคนพูดด้วยถ้อยคำที่ถูกต้องและดีงามอยู่ตลอดเวลาในขณะที่บางคนกลับทำร้ายความรู้สึกของคนอื่นด้วยคำพูดที่ชั่วร้าย สุภาษิต16:13กล่าวว่า "ริมฝีปากที่ชอบธรรมเป็นที่ปีติยินดีแก่กษัตริย์และพระองค์ทรงรักบุคคลผู้พูดสิ่งที่ถูก" พระคัมภีร์ข้อนี้ทำให้เรารู้ว่าจุดที่สำคัญที่สุดจุดหนึ่งในการมีริมฝีปากที่ชอบธรรมคือการที่เราต้องเป็นคนซื่อตรง

คำว่า "คนซื่อตรง" ในที่นี้หมายความว่าเราต้องจดจำพระคำของพระเจ้าเอาไว้ในจิตใจของเราซึ่งพระคำนี้สำแดงให้เราเห็นถึงหนทางที่ถูกต้องและประพฤติตามที่พระคำนั้นกล่าวไว้ ถ้าเช่นนั้นคนประเภทใดที่เป็นคนซื่อตรงฝ่ายวิญญาณ

ประการแรก ในฝ่ายวิญญาณ คนซื่อตรงจะยอมรับความผิดพลาดของตนและกลับใจ

พระเจ้าไม่ทรงพอพระทัยถ้าเราไม่สารภาพความผิดพลา

ดหรือความผิดของเราเพราะกลัวการตักเตือน ผู้คนเช่นนี้จะไม่มีการเติบโตฝ่ายวิญญาณหรือพัฒนาการในชีวิตของเขาในฝ่ายวิญญาณ คนซื่อตรงเป็นเหมือนภาชนะขนาดใหญ่และพร้อมที่จะยอมรับความผิดของตนอย่างตรงไปตรงมาและแสดงความรับผิดชอบและทนต่อการลงโทษที่เกิดขึ้นตามมา คนเหล่านี้จะเปลี่ยนเป็นบุคคลแห่งความจริงอย่างรวดเร็ว

ประการที่สอง ในฝ่ายวิญญาณ คนซื่อตรงสามารถวินิจฉัยระหว่างความดีและความชั่วกับเลือกความดี คนที่ไม่ซื่อตรงจะเห็นแก่ประโยชน์ส่วนตัวและเลือกความชั่วเมื่อเขาต้องเลือกระหว่างความดีกับความชั่ว เนื่องจากเขาหมกมุ่นอยู่กับประโยชน์ส่วนตนที่อยู่ต่อหน้าเขาและความเป็นจริง เขาจึงประพฤติตนในแนวทางที่โง่เขลา แต่เราควรเลือกแนวทางที่ถูกต้องแม้สิ่งนั้นจะหมายความว่าเราต้องเผชิญกับความยุ่งยาก เราต้องเลือกความดีอย่างกล้าหาญด้วยระลึกถึงมัทธิว 10:28 ที่กล่าวว่า "อย่ากลัวผู้ที่ฆ่าได้แต่กาย แต่ไม่มีอำนาจที่จะฆ่าจิตวิญญาณแต่จงกลัวพระองค์ผู้ทรงฤทธิ์ที่จะให้ทั้งจิตวิญญาณทั้งกายพินาศในนรกได้"

ประการที่สาม ในฝ่ายวิญญาณ คนซื่อตรงจะพูดความจริงแม้เขาไม่ได้รับประโยชน์ใด ๆ
บางคนเปลี่ยนคำพูดของตนหรือปฏิเสธสิ่งที่ตนพูดออกไปเพร

าะเขากลัวว่าถ้าเขาพูดความจริงเขาจะเสียเปรียบ นอกจากนั้น เมื่อมีข้อผิดพลาดเกิดขึ้นซึ่งควรได้รับการแก้ไข บางคนจะปกปิดความผิดนั้นเอาไว้โดยไม่เปิดเผยความจริงเพราะเขาไม่ได้รับประโยชน์หรือมีข้อได้เปรียบ บางคนพยายามที่จะพูดเกินความจริงหรือข้ามบางสิ่งบางอย่างไปตามความคิดและความรู้สึกของตน สถานการณ์เหล่านี้อยู่ห่างไกลจากความซื่อตรงหรือลักษณะของคนซื่อตรงฝ่ายวิญญาณ เราสามารถเป็นคนซื่อตรงเมื่อเราพูดความจริงแม้เราจะไม่ได้รับประโยชน์ใดเลยก็ตาม

คนที่องค์พระผู้เป็นเจ้าทรงยกย่อง

การได้รับการยอมรับและการยกย่องจากคนอื่นถือเป็นสิ่งที่ดีมาก เพราะสิ่งนี้เป็นหลักฐานยืนยันว่าเพื่อนบ้านของเราเห็นว่าจิตใจและการประพฤติของเราเป็นสิ่งที่เสริมสร้าง ถ้าเช่นนั้น ลองคิดดูซิว่าถ้าเราได้รับการยอมรับและการยกย่องจากพระเจ้าจะเป็นพระพรที่ยิ่งใหญ่สักเพียงใด เราอ่านพบใน 2 โครินธ์ 10:18 ว่า "เพราะคนที่ยกย่องตัวเองไม่เป็นที่นับถือของผู้ใดคนที่น่านับถือนั้นคือ คนที่องค์พระผู้เป็นเจ้าทรงยกย่อง" ผมจะพูดเกี่ยวกับว่าคนประเภทใดที่ได้รับการยกย่องจากองค์พระผู้เป็นเจ้า

ประการแรก คนที่ไม่ชี้ไปยังความผิดและข้อบกพร่องของคนอื่นด้วยเจตนาที่ชั่วร้าย

เพื่อให้ได้รับคำชมเชยจากองค์พระผู้เป็นเจ้า ท่านต้องไม่วิพากษ์วิจารณ์คนอื่นด้วยการพิพากษาหรือการกล่าวประณามเขาด้วยความชั่วร้าย ท่านต้องไม่เพิกเฉยต่อคนอื่นหรือยืนกรานอยู่กับค

วามเห็นของตนกับคนอื่น ท่านต้องไม่พยายามที่จะสอนคนอื่นอยู่ตลอดเวลา แน่นอน ถ้าคนอื่นถามบางอย่างกับท่านหรือถ้าท่านอยู่ในตำแหน่งที่จะสอนคนอื่น ท่านต้องให้คำอธิบายเพื่อจะรับรู้ถึงสิ่งเหล่านั้นด้วยตนเอง แต่ถ้าท่านเพ่งเป้าความสนใจไปยังความบกพร่องของคนอื่น สิ่งนั้นก็หมายความว่าท่านไม่ได้ให้เกียรติเขา ดังนั้นท่านจึงควรมองดูเฉพาะจุดแข็งของคนอื่นด้วยจิตใจแห่งการรับใช้

ประการที่สอง คนที่ไม่แสดงอารมณ์เกรียวกราดและสร้างความทุกข์ใจให้กับคนอื่น

แม้ผู้บังคับบัญชาจะเป็นคนจู้จี้และโกรธง่าย ผู้ใต้บังคับบัญชาของเขาควรเชื่อฟังเขาในน้ำพระทัยของพระเจ้าผู้ทรงเคารพระเบียบกฎเกณฑ์ ในขณะเดียวกัน ผู้บังคับบัญชาควรดูแลผู้ใต้บังคับบัญชาของตนด้วยความรักและความเข้าใจ สุภาษิต 12:16 กล่าวว่า “จะรู้ความโกรธของคนโง่ได้ทันที แต่คนที่หยั่งรู้ย่อมปิดบังความอับอาย” ยากอบ 1:20 กล่าวว่า “เพราะว่าความโกรธของมนุษย์ไม่ได้กระทำให้เกิดความชอบธรรมอย่างพระเจ้า” ท่านอาจคิดว่าท่านมีความชอบธรรมที่จะโกรธ แต่ความโกรธของท่านทำร้ายความรู้สึกของคนอื่น ยิ่งกว่านั้น ความโกรธอยู่ห่างไกลจากความชอบธรรมของพระเจ้าเช่นกัน

ประการที่สาม คนที่ไม่แกว่งไปแกว่งมาเมื่อเขาได้รับคำช
มเชยหรือการตำหนิ

เมื่อเขาได้รับคำชมเชย คนที่จิตใจคับแคบมักจะชื่นชมยินดีมา
กจนเกินกว่าที่จะควบคุมตนเองได้ แต่คนที่จิตใจกว้างขวางจะมอ
งย้อนกลับไปดูการกระทำของตนเองและตรวจสอบดูว่าเขาสมคว
รได้รับคำยกย่องชมเชยหรือไม่พร้อมกับปฏิบัติตัวและปรับปรุงต
นเอง คนที่จิตใจคับแคบจะหมดเรี่ยวแรงในความคับแค้นใจเมื่อค
วามผิดของเขาถูกชี้ออกมาในขณะที่คนที่จิตใจกว้างขวางจะขอบ
คุณและยอมรับว่าสิ่งนั้นเป็นขั้นตอนสำคัญของการพัฒนาตนเอง
ดังนั้นองค์พระผู้เป็นเจ้าจึงทรงยกย่องผู้คนที่มีจิตใจกว้างขวาง

ประการที่สี่ คนที่ไม่เก็บงำความรู้สึกเคียดแค้นเอาไว้

เรามีความรู้สึกเคียดแค้นเมื่อเราไม่ได้กำจัดความปรารถนาที่
จะได้รับการยอมรับและการยกย่องทิ้งไป สมมุติว่าคนอื่นปฏิบัติ
ตนอย่างหยาบคายกับเรา ถ้าเราไม่มีความคิดฝ่ายเนื้อหนัง เราอา
จชี้ให้เขาเห็นถึงความไม่สุภาพของตนอย่างอ่อนโยน แต่เราจะไ
ม่มีความรู้สึกเคียดแค้น พระเจ้าทรงสั่งให้เราตรึงเนื้อหนังพร้อม
กับความอยากและราคะตัณหาของเนื้อหนัง (กาลาเทีย5:24) แล
ะพระองค์ทรงต้องการให้เรามีลักษณะที่บริสุทธิ์เหมือนองค์พระผู้
เป็นเจ้าโดยรับการเปลี่ยนแปลงด้วยพระคำและการอธิษฐาน (1
ทิโมธี4:5; 1 เปโตร1:16)

เราต้องประพฤติตนในพระวิญญาณเท่านั้น

พระราชกิจของพระเจ้าผ่านทางพระวิญญาณบริสุทธิ์มีฤทธิ์อ ํานาจยิ่งใหญ่ที่สามารถเปลี่ยนจิตใจของผู้คน พระราชกิจเหล่านั้นทำให้ผู้คนเปลี่ยนแปลงและมีความเชื่อโดยไม่คำนึงว่าเขาเป็นคนชั่วร้ายเพียงใด ด้วยเหตุนี้ เราควรประพฤติตนอยู่ในการทำงานของพระวิญญาณบริสุทธิ์ตลอดเวลาเพื่อเปลี่ยนจิตใจของเราให้เป็นจิตใจที่ดีงามและได้รับกำลังเพื่อช่วยดวงวิญญาณให้รอด พระวิญญาณบริสุทธิ์ผู้ทรงเป็นพระวิญญาณของพระเจ้าทรงหยั่งรู้สิ่งสารพัดแม้กระทั่งความล้ำลึกของพระเจ้า (1 โครินธ์2:10) และทรงนำเราไปสู่หนทางแห่งความดี ถ้าเช่นนั้น เราควรทำสิ่งใดเพื่อรับเอาการทำงานของพระวิญญาณบริสุทธิ์

ประการแรก เราควรทำตามความปรารถนาของพระวิญญาณ

กาลาเทีย5:17 กล่าวว่า “เพราะว่าความต้องการของเนื้อหนังต่อสู้พระวิญญาณ และพระวิญญาณก็ต่อสู้เนื้อหนังเพราะทั้งสองฝ่า

ยเป็นศัตรูกันดังนั้นสิ่งที่ท่านทั้งหลายปรารถนาทำจึงกระทำไม่ได้"
ก่อนที่เขาจะเปลี่ยนเป็นมนุษย์ฝ่ายวิญญาณอย่างสมบูรณ์บุตรของ
พระเจ้าที่ได้รับพระวิญญาณจะมีจิตใจสองแบบเช่นกัน ได้แก่ จิต
ใจที่ทำตามความปรารถนาของพระวิญญาณบริสุทธิ์และจิตใจที่ท
ำตามความปรารถนาของเนื้อหนัง

พระวิญญาณทรงนำเราไปสู่ความจริงและหนทางแห่งความร
อด ในอีกด้านหนึ่ง ความปรารถนาของเนื้อหนังจะนำเราไปสู่ควา
มบาป ความอธรรม และความชั่วร้าย และกระตุ้นให้เกิดความขัด
แย้งและทำให้ผู้คนรับเอาการทำงานของซาตานเพื่อว่าคนเหล่านั้
นจะไม่สามารถทำการเพื่อพระวิญญาณบริสุทธิ์ ยิ่งความเชื่อของเ
ราเพิ่มพูนขึ้นและเราเป็นมนุษย์ฝ่ายวิญญาณมากเท่าใด เราก็สาม
ารถตัดทอนความปรารถนาของเนื้อหนังลงไปและทำตามความป
รารถนาของพระวิญญาณมากยิ่งขึ้นเท่านั้น จากนั้นเราก็สามารถเ
กิดผลของพระวิญญาณบริสุทธิ์อย่างบริบูรณ์

ประการที่สอง เราควรปรารถนาการทำงานของพระวิญญ
าณบริสุทธิ์

เมื่อเราได้รับพระวิญญาณบริสุทธิ์ เราจะกลายเป็นคนที่สรรเส
ริญและอธิษฐานอยู่เสมอ เรารอคอยให้วันอาทิตย์มาถึงโดยเร็วแ
ละปรารถนาที่จะฟังพระคำของพระเจ้าและเข้าร่วมประชุมในสถ
านนมัสการอย่างขยันหมั่นเพียร จากนั้นเราจะดำเนินชีวิตตามน้ำ
พระทัยของพระเจ้าโดยธรรมชาติ นอกจากนั้น ถ้าเราต้องได้รับพ
ระคุณและกำลังของพระเจ้า เราควรปรารถนาที่จะเห็นการทำงาน
ของพระวิญญาณบริสุทธิ์ด้วยเช่นกัน

สมมุติว่าคนงานคริสตจักรอธิษฐานเผื่อคนป่วยและเขาได้รับการรักษาให้หาย จากนั้นผู้คนที่ปรารถนาที่จะเห็นการทำงานของพระวิญญาณบริสุทธิ์จะไม่คิดว่าเขาเท่านั้นที่สามารถสำแดงการทำงานดังกล่าวได้ เขาจะอธิษฐานด้วยใจร้อนรนมากขึ้นเพราะเขาต้องการได้รับกำลังดังกล่าวเพื่อเขาจะสามารถสำแดงของพระวิญญาณ พระเจ้าทรงพอพระทัยกับคนที่พยายามจะทำสิ่งที่ดีเหล่านั้นและพระองค์จะทรงเพิ่มกำลังให้กับเขา

ประการที่สาม เราควรฟังพระสุรเสียงของพระวิญญาณบริสุทธิ์และเชื่อฟังพระสุรเสียงของพระองค์

ผู้คนที่ฟังพระสุรเสียงของพระวิญญาณบริสุทธิ์จะไม่ทำผิดเพราะพระวิญญาณจะทรงสอนเขาอย่างรวดเร็วว่าเขาควรไปที่ไหนและควรทำอะไร เพื่อให้ได้ยินพระสุรเสียงของพระวิญญาณบริสุทธิ์เราควรสวมยุทธภัณฑ์ให้กับตนเองด้วยพระคำของพระเจ้า จากนั้นพระวิญญาณจะทรงทำให้พระสุรเสียงของพระองค์ดังชัดเจนในจิตใจของเราด้วยพระคำของพระเจ้าซึ่งเป็นความจริง และเมื่อเราอธิษฐานด้วยใจร้อนรน ความคิดฝ่ายเนื้อหนังของเราก็ถูกทำลาย จากนั้นเราก็สามารถได้ยินพระสรุเสียงของพระองค์ชัดเจนยิ่งขึ้นและเชื่อฟังพระองค์

ประการที่สี่ เราควรรับเอาการทรงนำของพระวิญญาณบริสุทธิ์

เปาโล (อัครทูตสำหรับคนต่างชาติ) ตัดสินใจที่จะเดินทางไปยังทวีปเอเชียก่อนที่ท่านจะมุ่งหน้าไปทำพันธกิจมิชชันเที่ยวที่สองเพราะบ้านเกิดของท่านอยู่ที่เอเชียและท่านเคยประกาศในเอเชียมาก่อนแล้ว อย่างไรก็ตาม พระวิญญาณของพระเยซูทรงห้ามไ

ม่ให้ท่านพูดสิงใดในเอเชียและพระเจ้าทรงสำแดงให้ท่านเห็นนิมิตของชายชาวมาซิโดเนียทีกำลังวิงวอนให้ท่านเดินทางมายังมาซิโดเนีย ดังนันท่านจึงเปลียนแผนการของตนและมุ่งหน้าไปยังมาซิโดเนียเพราะท่านรู้ว่าสิงนันเป็นน้ำพระทัยของพระเจ้าสำหรับท่านในการทำพันธกิจของตนในมาซิโดเนีย (กิจการ 16:6-10) เมือเราได้ยินพระสุรเสียงของพระวิญญาณบริสุทธิและเชือฟังพระองค์ เราก็สามารถรับเอาการทรงนำของพระวิญญาณในลักษณะนีได้เช่นกัน

ประการทีห้า เราควรเปล่งถ้อยคำตามทีพระวิญญาณทรงโปรดให้พูด

หลังจากองค์พระผู้เป็นเจ้าเสด็จขึ้นสู่สวรรค์ เปโตรได้รับพระวิญญาณบริสุทธิ์ รักษาคนพิการแต่กำเนิดให้หาย และประกาศพระกิตติคุณต่อหน้าคนจำนวนมาก เมือเปโตรกล่าวคำเทศนาอยู่ทีเฉลียงของซาโลมอนมีคนเกือบ 5,000 คนได้ต้อนรับเอาองค์พระผู้เป็นเจ้าผ่านทางคำเทศนาของท่าน (กิจการบททึ 1-4) ครังแรกผู้คนคิดว่าเปโตรเป็นชาวประมงธรรมดาคนหนึง แต่เขาประหลาดใจกับคำเทศนาของท่านเพราะท่านเทศนาด้วยการดลใจของพระวิญญาณบริสุทธิ์ ด้วยเหตุนี ผมหวังว่าท่านจะทำตามแบบอย่างของบรรพบุรุษแห่งความเชือเหล่านัน ได้รับการทำงานของพระวิญญาณบริสุทธิ์เกิดผลอย่างบริบูรณ์ และถวายสง่าราศีแด่พระเจ้า

เพื่อให้เกิดผลอย่างบริบูรณ์

ยอห์นบทที 15 เปรียบเทียบพระเยซูกับเถาองุ่นและเปรียบเทียบคริสเตียนกับแขนง เช่นเดียวกับทีแขนงได้รับการหล่อเลี้ยงและเกิดผลเมือมันติดอยู่กับเถา เราจะเกิดผลอย่างบริบูรณ์ได้ก็ต่อเมือเราเป็นหนึงเดียวกับองค์พระผู้เป็นเจ้าแล้วเท่านัน ถ้าเช่นนันเราต้องทำสิงใดเพือเราจะเกิดผลอย่างบริบูรณ์ในองค์พระผู้เป็นเจ้าและถวายสง่าราศีแด่พระเจ้า

ประการแรก เราควรอธิษฐานอย่างร้อนรนและอดอาหาร

สิงนีเป็นเหมือนการเตรียมดินในทุ่งนาให้เป็นดินดีและการใส่ปุ๋ยเพือช่วยให้เมล็ดข้าวเจริญเติบโต ถ้าเราปลูกพระคำของพระเจ้าไว้ในเรา เราควรเกิดผลอย่างบริบูรณ์ด้วยการเตรียมทุ่งนาแห่งจิตใจของเราด้วยการอธิษฐานอย่างร้อนรนและการอดอาหาร แม้เราจะมีความเชือเล็กเท่าเมล็ดมัสตาร์ดเมล็ดหนึง เราก็สามารถเพิมพูนความเชือของเราขึนและได้รับกำลังจากพระเจ้าถ้าเราอธิษฐานด้วยใจร้อนรนและอดอาหาร

ประการที่สอง เราควรมีใจเด็ดเดี่ยวในการกำจัดความบาปและความชั่วทิ้งไป

เมื่อปลูกองุ่น ไม่มีใครจะปล่อยให้องุ่นเน่าติดอยู่กับลำต้น เพราะองุ่นที่เน่าเสียนั้นจะทำให้องุ่นสดลูกอื่นเน่าเสียไปด้วย ความบาปก็เหมือนกัน ไม่ว่าบาปนั้นจะมีขนาดเล็กสักเพียงใดก็ตามมันก็จะโตเป็นความบาปขนาดใหญ่ขึ้นเมื่อเราปล่อยความบาปเหล่านั้นเอาไว้ (กาลาเทีย5:9) ด้วยเหตุนี้ เราควรจำกัดความบาปทิ้งไปอย่างรวดเร็วเมื่อเราค้นพบความบาปและความชั่วต่าง ๆ เช่น ความเกลียดชัง ความอิจฉา ความโกรธ การพิพากษา และความคิดล่วงประเวณี เป็นต้น พระเจ้าทรงเฝ้าดูบุตรของพระองค์อยู่ตลอดเวลาเพื่อไม่ให้เขาทำบาปและมุ่งหน้าไปสู่ความตายและการถูกติเตียน หรือทรงฝัดร่อนเขาเมื่อเขามีความบาป พระองค์ทรงต้องการให้เรารู้จักความบาปของเราและเปลี่ยนแปลงโดยผ่านกระบวนการนี้

ประการที่สาม เราควรทำให้ความเชื่อของเราหยั่งรากลึกลงไปในจิตใจของเรา

กว่าที่ต้นไม้จะเติบโตแข็งแรงและเกิดดอกออกผลได้นั้นต้องผ่านขั้นตอนหลายอย่าง บางครั้งต้นไม้ต้องทนกับน้ำท่วม ความแห้งแล้ง และการเปลี่ยนแปลงของอากาศอย่างผิดปกติ ต้นไม้ที่หยั่งรากลึกลงไปในดินจะไม่ล้มเมื่อเกิดฝนตกหนักหรือพายุลมแรงและต้นไม้เหล่านี้จะได้รับการหล่อเลี้ยงน้ำในช่วงหน้าแล้งและเกิดผลเป็นอย่างดี ในขณะเดียวกัน ต้นไม้ที่ไม่ได้หยั่งรากลึกลงไปในดินจะโค่นล้มเนื่องจากฝนและลมพายุและแห้งเหี่ยวไปในที่

สุด
เพื่อให้เกิดผลอย่างงดงามในชีวิตคริสเตียนของเรา เราควรมีรากแห่งความเชื่ออย่างลึกซึ้ง เพื่อให้เรามีรากแห่งความเชื่ออย่างลึกซึ้ง เราควรวิ่งแข่งในความเชื่อด้วยความไพบูลย์ของพระวิญญาณบริสุทธิ์และยืนหยัดอย่างมั่นคงบนพระคำของพระเจ้า ผู้คนที่ยืนอยู่บนศิลาแห่งความเชื่อจะวินิจฉัยทุกสิ่งด้วยความจริง ดังนั้นเขาจึงไม่ล้มลงไปในโลกและเขาจะไม่ถูกทดลองจากโลก ถ้าเราอธิษฐานอย่างร้อนรน กำจัดความบาปทิ้งไป และเติมความบกพร่องของเราด้วยความจริง เราก็สามารถเกิดผลอย่างบริบูรณ์เช่นกัน

การอยู่อย่างสงบกับทุกคน

ปัญหาหลายอย่างเกิดขึ้นเมื่อความสงบสุขท่ามกลางผู้คนถูกทำลายลง ความไม่ลงรอยกันในครอบครัวทำให้ความรักและความสุขหมดไปและความขัดแย้งในหมู่เพื่อนร่วมงานจะกลายเป็นหินสะดุดสำหรับการพัฒนาของบริษัท ดังนั้นการมีความสงบสุขในชีวิตของเราจึงเป็นสิ่งที่สำคัญมาก นอกจากนั้น ฮีบรู12:14 กล่าวว่า "จงอุตส่าห์ที่จะสงบสุขอยู่กับคนทั้งปวง และที่จะได้ใจบริสุทธิ์ด้วยว่านอกจากนั้นไม่มีใครจะได้เห็นองค์พระผู้เป็นเจ้า" ดังนั้นเราควรรักษาความสงบสุขถ้าเรารักองค์พระผู้เป็นเจ้า ถ้าเช่นนั้น เราควรทำสิ่งใดเพื่อให้อยู่อย่างสงบกับทุกคน

ประการแรก เราควรทำตามความชอบธรรมตามระเบียบกฎเกณฑ์

ถ้าข้าทาสบริวารเปิดเผยถึงความผิดของพระราชาและทำให้พระราชาได้รับความอับอายต่อหน้าผู้คนจำนวนมาก ท่านคิดว่าจะเกิดอะไรขึ้น แม้ข้าทาสบริวารคนนั้นจะทำด้วยเจตนาดี แต่สิ่งนั้นก็ไม่ถูกต้องเพราะเขาไม่ได้แก้ปัญหาให้กับพระราชา หลักการเดียวกันสามารถประยุกต์ใช้ในครอบครัว ที่ทำงาน และในหมู่เพื่อนบ้าน เราต้องประพฤติตนในความดีและความจริง ด้วยการเชื่อฟังพระคำของพระเจ้าซึ่งบอกให้เราทำสิ่งนี้และไม่ให้ทำสิ่งนั้น หรือให้รักษาสิ่งนี้และให้ละทิ้งสิ่งนั้นในขณะที่เราทำตามระเบียบกฎเกณฑ์โดยไม่ทำให้คนอื่นอับอาย จากนั้นเราก็สามารถพูดว่าเราประพฤติตนอยู่ในความจริงและความชอบธรรม

ประการที่สอง เราไม่ควรเป็นปฏิปักษ์กับผู้ใด

ถ้าคนหนึ่งคิดว่าเขารู้เกี่ยวกับบางสิ่งบางอย่างมากกว่าคนอื่น โดยทั่วไปเขาจะพูดกับคนอื่นด้วยกิริยาท่าทางที่ดูเหมือนว่าเขากำลังสั่งสอนคนอื่น แม้เขาไม่ได้เจตนาที่จะทำเช่นนั้น แต่ผู้ฟังอาจรู้สึกว่าตนกำลังถูกดูหมิ่นเหยียดหยาม ด้วยเหตุนี้ เราต้องกำจัดท่าที

ของการสั่งสอนคนอื่นทิ้งไปและอธิบายสิ่งต่าง ๆ ให้คนอื่นเข้าใจเป็นอย่างดีและจัดการกับทุกอย่างด้วยใจถ่อม จากนั้นท่านก็จะอยู่อย่างสงบกับทุกคน

เพื่อให้เป็นอันหนึ่งอันเดียวกันในองค์พระผู้เป็นเจ้า

ร่างกายของเรามีอวัยวะหลายส่วนและเราสามารถมีสุขภาพแข็งแรงเมื่ออวัยวะแต่ละส่วนทำหน้าที่ของตนอย่างสมบูรณ์และเป็นอันหนึ่งอันเดียวกัน เช่นเดียวกัน เมื่อเราเป็นสมาชิกของคริสตจักรซึ่งเป็นพระกายของพระคริสต์ เราสามารถถวายสง่าราศีแด่พระเจ้าเมื่อเราเป็นอันหนึ่งอันเดียวกัน ถ้าเช่นนั้นเราต้องทำสิ่งใดเพื่อให้เป็นอันหนึ่งอันเดียวกันในองค์พระผู้เป็นเจ้า

ประการแรก เราควรทำงานด้วยสิ้นสุดใจของเรา
ผู้คนที่ทำงานด้วยสิ้นสุดใจของตนจะไม่หลบเลี่ยงความจริงแม้ความจริงนั้นจะเจ็บปวดและยากต่อการยอมรับ เขาไม่เปลี่ยนไปตามผลประโยชน์ของตน แต่เขาจะทำตามหน้าที่ของตนไปจนถึงที่สุด สาเหตุก็เพราะว่าเขาพยายามที่จะทำให้ภารกิจของตนสำเร็จอย่างสุดความสามารถของเขาและด้วยจิตใจของการรับใช้องค์พระผู้เป็นเจ้า (โคโลสี 3:23) คนเหล่านี้คิดอยู่เสมอว่า "ผมจะทำงานให้ดีขึ้นและถวายสง่าราศีแด่พระเจ้าได้อย่างไร"

ดังนั้นเขาจึงทำสิ่งต่าง ๆ ที่คนอื่นไม่อยากทำด้วยความยินดี

ประการที่สอง เราควรทำงานด้วยสิ้นสุดจิตของเรา สมาชิกคริสตจักรในยุคแรกและสาวกขององค์พระผู้เป็นเจ้าประกาศพระกิตติคุณโดยไม่มีความกลัวในเรื่องความตายและรักษาความเชื่อของตนเอาไว้เพราะเขามีความเป็นอันหนึ่งอันเดียวกันในความรักที่เขามีต่อพระเจ้า ด้วยความเชื่อและการอุทิศตนของเขา พระกิตติคุณจึงถูกประกาศออกไปไม่เฉพาะในจักรภพโรมเท่านั้น แต่ออกไปทั่วโลก เมื่อเรามีความพร้อมที่จะสละชีวิตของเราเพื่อความชอบธรรม เราก็สามารถเอาชนะความยากลำบากทุกอย่างและถวายสง่าราศีแด่พระเจ้า

ประการที่สาม เราควรทำงานด้วยสิ้นสุดความคิดของเรา พระเยซูตรัสกับเราว่า "จงรักองค์พระผู้เป็นเจ้าผู้เป็นพระเจ้าของเจ้า ด้วยสุดจิตสุดใจของเจ้าและด้วยสิ้นสุดความคิดของเจ้า" (มัทธิว 22:37) "ด้วยความคิด" หมายความว่าเราไม่ใช้ความคิดของมนุษย์ แต่เราปฏิเสธตนเองตามน้ำพระทัยของพระเจ้า ยกตัวอย่าง แม้ในยามที่แนวคิดของเราจะดีกว่าแนวคิดของคนอื่น เราต้องพร้อมที่จะล้มเลิกความคิดเหล่านั้นเพื่อจะบรรลุถึงบางสิ่งด้วยความปรองดอง เมื่อเราทำลายความคิดของเราและทำตามน้ำพระทัยของพระเจ้าด้วยวิธีนี้ เราก็สามารถเป็นอันหนึ่งอันเดียวกันได้

ที่อยู่อาศัยและรางวัลที่เราได้รับตามการกระทำของเรา

พระเจ้าแห่งความยุติธรรมจะทรงตอบแทนสิ่งที่เราได้กระทำ และจะทรงให้เราเก็บเกี่ยวในสิ่งที่เราหว่านลงไป (2 โครินธ์ 9:6) วิวรณ์ 22:12 กล่าวว่า "ดูเถิด เราจะมาโดยเร็ว และจะนำบำเหน็จของเรามาด้วยเพื่อตอบแทนการกระทำของทุกคน" และวิวรณ์ 2:23 กล่าวว่า "...และเราจะให้สิ่งตอบแทนแก่เจ้าทั้งหลายทุกคนให้เหมาะสมกับการงานของเจ้า" ดังนั้น การได้รับความรอดและเข้าไปสู่สวรรค์เป็นสิ่งที่สำคัญ แต่ลักษณะของที่อาศัยที่เราจะเข้าไปอยู่และประเภทของรางวัลที่เราจะได้รับก็สำคัญด้วยเช่นกัน ถ้าเช่นนั้น ในสวรรค์จะมีการตัดสินเรื่องที่อยู่อาศัยและรางวัลด้วยวิธีใด

อันดับแรก ที่อยู่ในสวรรค์ของแต่ละคนจะแตกต่างกันไปตามขนาดของการจำเริญขึ้นของวิญญาณจิตของแต่ละคนด้

วยการรักษาพระบัญญัติทั้งสิ้นของพระเจ้าด้วยความรักที่มีต่อพระองค์

พวกเราบางคนจะเข้าไปสู่เมืองบรมสุขเกษมและบางคนจะไปยังนครเยรูซาเล็มใหม่ซึ่งเป็นสถานที่อันรุ่งเรืองที่สุดในสวรรค์ โดยขึ้นอยู่กับว่าเราได้พยายามต่อสู้กับบาปจนถึงเลือดไหลหรือไม่และเราได้รับการชำระให้บริสุทธิ์มากน้อยเพียงใด

อันดับต่อไป รางวัลในสวรรค์จะแตกต่างกันออกไปตามจำนวนของดวงวิญญาณที่เรานำมาสู่อ้อมแขนของพระเจ้าและขนาดของความจริงใจของเราในการถวายเครื่องบูชาแด่พระเจ้า

วัสดุสำหรับบ้านเรือนของเราในสวรรค์จะถูกกำหนดโดยขนาดของความพยายามของเราที่จะช่วยดวงวิญญาณให้รอดบนโลกนี้และการทำงานของเราที่จะทำให้หลายสิ่งหลายอย่างสำเร็จเพื่อแผ่นดินของพระเจ้าผ่านการถวายของเรา การประพฤติของเราและความพยายามของเรา ขนาดของบ้านเรือนและระดับของความงดงามของบ้านเราในสวรรค์จะถูกกำหนดด้วยวิธีนี้ ทุกสิ่งที่เราถวายสง่าราศีแด่พระเจ้าในโลกนี้จะกลายเป็นรางวัลของเรา รางวัลเหล่านี้จะกลายเป็นเครื่องใช้และเครื่องตกแต่งในบ้านของเรา ความสว่างเจิดจ้าของสง่าราศีของแต่ละคนจะแตกต่างกันด้วยเช่นกัน

เสื้อผ้า แบบของเสื้อผ้า เครื่องใช้ แบบทรงผม และมงกุฎที่เราได้รับจะแตกต่างกันออกไปด้วยเช่นกัน นี่คือวิธีการที่เราจะสามารถบอกถึงระดับของการชำระให้บริสุทธิ์ที่แต่ละคนได้บรรลุถึงและขนาดของความสัตย์ซื่อที่เขามีในโลกนี้

จากความจริงข้อนี้ทำให้เรารู้ว่าพระเจ้าทรงพอพระทัยกับคนชอบธรรมมากเพียงใด พระองค์ทรงรักผู้คนที่ไม่มีความชั่วร้ายแค่ไหน และพระองค์ทรงปลื้มปีติยินดีกับการประกาศพระกิตติคุณของเราด้วยความรักที่มีต่อพระองค์มากเพียงใด จงดำเนินชีวิตอยู่ในพระคำและเกิดผลแห่งการประกาศพระกิตติคุณอยู่เสมอเพื่อท่านจะมีที่อยู่อาศัยและรางวัลอันงดงามรุ่งเรืองในสวรรค์

คนที่รับใช้คือผู้เป็นเอกเป็นใหญ่

ผู้คนที่ดำเนินชีวิตด้วยกฎของการอยู่รอดไม่สามารถมีสันติสุขในจิตใจของตนและเขาจะหวาดกลัวอยู่ตลอดเวลา ทุกวันนี้มีหลายคนที่แสดงความป่าเถื่อนและความอสัตย์อธรรมของตนออกมามากมายและคนเหล่านี้มีความโลภที่จะทำตัวยิ่งใหญ่กว่าคนอื่นแม้ด้วยการเหยียบย่ำคนเหล่านั้นก็ตาม แต่เมื่อผู้คนได้ชื่อเสียง อำนาจเกียรติยศ และสง่าราศีมาด้วยวิธีนี้ ความชั่วร้ายทั้งสิ้นของเขาก็จะถูกเปิดเผยออกมาและเขาจะทุกข์ระทมกับความยากลำบากที่เกิดขึ้นตามมา

แม้เขาจะมีสิ่งต่าง ๆ เหล่านี้ไปจนกระทั่งวันตาย แต่เขาก็ไม่สามารถนำสิ่งใดติดตัวไปด้วยเมื่อเขาจากโลกนี้ไป นี่เป็นสิ่งที่ไร้ค่ามากทีเดียว ดังนั้น เราต้องไม่ทำงานเพื่อสิ่งที่ไร้ค่าและไม่ถาวร แต่เราต้องทำงานเพื่อสิ่งที่มีค่าและยั่งยืนถาวรอย่างแท้จริงและเป็นคนที่เป็นเอกเป็นใหญ่ในสวรรค์

ถ้าเช่นนั้นเราจะเป็นคนที่เป็นเอกเป็นใหญ่ในองค์พระผู้เป็นเจ้าได้อย่างไร

มัทธิว 20:26-28 กล่าวว่า "แต่ในพวกท่านหาเป็นอย่างนั้นไม่ ถ้าผู้ใดใคร่จะได้เป็นใหญ่ในพวกท่านผู้นั้นจะต้องเป็นผู้ปรนนิบัติท่านทั้งหลายถ้าผู้ใดใคร่จะได้เป็นเอกเป็นต้นในพวกท่านผู้นั้นจะต้องเป็นผู้รับใช้ของพวกท่านอย่างที่บุตรมนุษย์มิได้มาเพื่อรับการปรนนิบัติแต่มาเพื่อจะปรนนิบัติ และประทานชีวิตของท่านให้เป็นค่าไถ่สำหรับคนเป็นอันมาก" พระเยซูทรงเป็นพระบุตรของพระเจ้าและทรงมีทุกสิ่งทุกอย่าง แต่พระองค์เสด็จเข้ามาในโลกนี้ในสภาพของมนุษย์และทรงรับใช้มนุษย์ทุกคน ดังนั้นพระเจ้าจึงทรงยกชูพระองค์ขึ้นและทรงให้พระองค์เป็นจอมกษัตริย์เหนือกษัตริย์ทั้งหลายและทรงเป็นจอมเจ้านายเหนือเจ้านายทั้งหลาย (วิวรณ์ 17:14)

ในวันก่อนการถูกตรึงบนกางเขนของพระองค์ พระเยซูทรงล้างเท้าพวกสาวกและทรงสำแดงแบบอย่างของความถ่อมใจและการรับใช้ให้เขาเห็น พระองค์ทรงสอนเขาในยอห์น 13:14 ว่า "ฉะนั้นถ้าเราผู้เป็นองค์พระผู้เป็นเจ้าและพระอาจารย์ของท่านได้ล้างเท้าของพวกท่าน พวกท่านก็ควรจะล้างเท้าของกันและกันด้วย" กล่าวคือ พระองค์ทรงสอนเขาว่าเขาจะเป็นผู้ที่เป็นเอกเป็นใหญ่ในสวรรค์ได้เมื่อเขารับใช้คนอื่นในความจริงเหมือนที่พระเยซูทรงถ่อมพระองค์ลงและทรงล้างเท้าของเขา เราควรรับใช้คนอื่นจากส่วนลึกแห่งจิตใจของเราในเมื่อคนที่ยิ่งใหญ่ในโลกนี้ยิ่งใหญ่เพียงแค่ชั่วคราวเท่านั้น แต่คนที่เป็นเอกเป็นใหญ่ในสวรรค์จะเป็นเอกเป็นใหญ่ตลอดไป

ตอนที่ 6

บุคคลที่ดีเลิศบุคคลที่ได้รับพร

โนอาห์เป็นคนทีปราศจากตำหนิในยุคของท่าน|อับราฮัมผู้ได้รับพร|โยเซฟผู้ทีจำเริญขึนในทุกสิง|โมเสสผู้สัตย์ซือกับสิงสารพัดในชุมชนของพระเจ้า|ดาวิดทีพระเจ้าทรงชอบพระทัย|ดาเนียลผู้ได้รับพระคุณ|มารีย์ชาวมักดาลาผู้เจิมด้วยน้ามันหอม|อัครทูตเปาโลกับความเชือที่ไม่แปรเปลียน|บุคคลทีดีเลิศ บุคคลที่ได้รับพร

“ต่อมาถ้าท่านทั้งหลายเชื่อฟังพระสุรเสียงข
องพระยะโฮวาห์พระเจ้าของท่าน
และระวังที่จะกระทำตามบรรดาพระบัญญัติของ
พระองค์ซึ่งข้าพเจ้าบัญชาท่านในวันนี้
พระยะโฮวาห์พระเจ้าของท่านจะทรงตั้งท่านไ
ว้ให้สูงกว่าบรรดาประชาชาติทั้งหลายทั่วโ
ลก
บรรดาพระพรเหล่านี้จะตามมาทันท่านถ้าท่าน
ทั้งหลายเชื่อฟังพระสุรเสียงของพระยะโฮวา
ห์
พระเจ้าของท่าน”
(เฉลยธรรมบัญญัติ 28:1-2)

โนอาห์เป็นคนที่ปราศจากตำหนิในยุคของท่าน

โนอาห์เป็นคนชอบธรรมและปราศจากตำหนิในยุคของท่านท่านได้รับการช่วยกู้ให้รอดในขณะที่ผู้คนทั้งโลกซึ่งเปรอะเปื้อนด้วยความบาปต่างก็พินาศไปในการพิพากษา (ปฐมกาลบทที่ 16) เมื่อทอดพระเนตรเห็นความชอบธรรมของท่าน พระเจ้าทรงอนุญาตให้โนอาห์มองเห็นถึงการพิพากษาด้วยน้ำที่กำลังจะมาถึงและทรงแนะนำท่านให้จัดเตรียมเรือเอาไว้ ในทำนองเดียวกัน เมื่อเราเป็นคนชอบธรรมเหมือนโนอาห์พระเจ้าก็จะทรงนำเราไปสู่หนทางที่รุ่งเรืองในทุกสถานการณ์ ถ้าเช่นนั้น เราควรทำสิ่งใดเพื่อให้เป็นคนที่ปราศจากตำหนิเหมือนโนอาห์

ประการแรก เราควรปรารถนาพระคำของพระเจ้า
1 เปโตร2:1-2 กล่าวว่า "เหตุฉะนั้น ท่านทั้งหลายจงละการปองร้ายทั้งปวง บรรดาการอุบาย การหน้าซื่อใจคดความอิจฉาริษยาและคำพูดส่อเสียดทั้งหลายเช่นเดียวกับทารกแรกเกิดจงปรารถนาน้ำนมอันบริสุทธิ์แห่งพระวจนะ เพื่อจะทำให้ท่านทั้งหลายเติบโตขึ้น" คำว่า "น้ำนมอันบริสุทธิ์" หมายถึงพระคำของพระเจ้าด้วยเหตุนี้ การปรารถนาน้ำนมบริสุทธิ์แห่งพระคำของพระเจ้าจึงเป็นการเรียนรู้จักน้ำพระทัยของพระเจ้า การให้ความสนใจกับพร

ะคำของพระองค์ การดำเนินชีวิตในความดี และการกำจัดความชั่วทุกรูปแบบทิ้งไป

ประการที่สอง เราควรมีจิตใจที่ดีพร้อมซึ่งไม่ถูกเปรอะเปื้อนด้วยการทดลองฝ่ายโลก

สิ่งของส่วนใหญ่ในโลกล้วนไร้ความหมายและว่างเปล่า ดังนั้นเราต้องไม่ถูกซัดกระหน่ำด้วยการทดลองของโลก เพื่อให้เป็นเช่นนั้นเราควรประชุมร่วมกันในสถานนมัสการอย่างต่อเนื่องและหักขนมปังแห่งพระคำของพระเจ้าเหมือนสมาชิกในคริสตจักรยุคแรก เราควรเอาใจใส่ดูแลซึ่งกันและกัน ให้ทานกับคนยากจน ดูแลเด็กกำพร้าและหญิงม่าย และประพฤติตนในความดีด้วยเช่นกัน

ประการที่สาม เราควรเป็นผู้รับส่วนในสภาพของพระเจ้า (2 เปโตร1:4)

การเข้ารับส่วนในสภาพของพระเจ้าหมายความว่าเรากลายเป็นคนบริสุทธิ์และดีพร้อมด้วยการกำจัดความบาปและความชั่วทิ้งไปจากจิตใจของเราเหมือนที่พระเจ้าผู้ทรงบริสุทธิ์และทรงดีพร้อม พระเจ้าตรัสไว้ในเลวีนิติ 11:45 ว่า “เพราะฉะนั้นเจ้าจึงต้องบริสุทธิ์ เพราะเราบริสุทธิ์” พระเยซูตรัสไว้ในมัทธิว5:48 เช่นกันว่า “เหตุฉะนี้ ท่านทั้งหลายจงเป็นคนดีรอบคอบเหมือนอย่างพระบิดาของท่านผู้ทรงสถิตในสวรรค์เป็นผู้ดีรอบคอบ” เมื่อเราเชื่อฟังพระคำของพระเจ้าและเปลี่ยนเป็นคนที่บริสุทธิ์และดีพร้อม (ซึ่งทำให้เรากลายเป็นคนชอบธรรมที่พระเจ้าทรงยอมรับ) เราก็จะจำเริญสุขทุกประการและเราจะบรรลุถึงน้ำพระทัยของพระเจ้าอย่างยิ่งใหญ่โดยรับการทรงนำจากพระเจ้า

อับราฮัมผู้ได้รับพร

อับราฮัมผู้เป็นบิดาแห่งความเชื่อได้รับพระพรของพระเยโฮวาห์ยีเรห์ เยโฮวาห์ยีเรห์เป็นพระนามหนึ่งของพระเจ้าและหมายความว่า "พระเจ้าผู้ทรงจัดเตรียมไว้ล่วงหน้า" พระนามนี้เป็นที่ประทับใจมากพอที่จะเปลี่ยนแปลงจิตใจของเรา ถ้าเช่นนั้น อับราฮัมมีความเชื่อชนิดใดจึงทำให้ท่านได้รับพระพรเช่นนั้น

ประการแรก ท่านรักพระเจ้ามากกว่าสิ่งใด
อับราฮัมเป็นคนสัตย์จริงและไม่มีการโกหกหลอกลวงอยู่ในท่านเลย ท่านเป็นคนเที่ยงธรรมและซื่อตรง ถ้าเป็นน้ำพระทัยของพระเจ้าท่านสามารถเชื่อฟังไม่ว่าพระเจ้าทรงบอกสิ่งใดกับท่านก็ตาม เมื่อพระเจ้าตรัสว่า "เจ้าจงออกไปจากประเทศของเจ้า จากญาติพี่น้องของเจ้า และจากบ้านบิดาของเจ้า ไปยังแผ่นดินที่เราจะชี้ให้เจ้าเห็น" ท่านเชื่อฟัง (ปฐมกาล 12:1-4) ท่าทีที่จะเชื่อฟังน้ำพระทัยทุกอย่างของพระเจ้าคือหลักฐานพิสูจน์ว่าท่านรักพระเจ้ามากกว่าสิ่งใด

ประการที่สอง ท่านมุ่งที่จะอยู่อย่างสงบกับทุกคนและแสวงหาการชำระให้บริสุทธิ์

อับราฮัมมีจิตใจที่มุ่งหาแนวทางที่จะอยู่อย่างสงบกับทุกคน การที่ท่านยอมให้โลทหลานชายของท่านเลือกดินแดนที่ดีกว่าเพื่อเป็นที่อยู่อาศัยและตั้งถิ่นฐานนั้นเป็นเพราะความรักและการเอาใจใส่ดูแลที่ท่านมีต่อเขา และท่านไม่ได้โลภสิ่งที่ไม่ใช่ของท่านเพราะท่านแสวงหาการชำระให้บริสุทธิ์ เมื่อโลทถูกพวกกษัตริย์จับตัวไปเป็นเชลย อับราฮัมไปช่วยกู้โลทเอาไว้ แต่ท่านไม่ยอมรับเอาทรัพย์สินที่ถูกยึดมาได้จากการสู้รบนั้นเลย ท่านไม่ยอมรับข้อเสนอของชาวเฮทที่ให้ท่านทำสุสานฝังศพภรรยาของท่านในที่ดินของเขาโดยไม่คิดมูลค่าและท่านได้จ่ายค่าที่ดินผืนนั้นอย่างถูกต้อง ท่านมีจิตใจบริสุทธิ์ที่ไม่มีความเห็นแก่ตัวอยู่เลย

ประการที่สาม ท่านเชื่อในฤทธิ์อำนาจของพระเจ้าพระผู้สร้าง

เมื่อพระเจ้าทรงสั่งให้ท่านถวายอิสอัคเป็นเครื่องเผาบูชาเหมือนสัตว์ ท่านเชื่อฟังแม้ในสถานการณ์ที่เป็นไปไม่ได้ในความคิดของมนุษย์เพราะท่านเชื่อในพระสัญญาของพระเจ้าเกี่ยวกับอิสอัคและฤทธิ์อำนาจของพระเจ้าผู้ทรงสามารถทำให้คนตายเป็นขึ้นมาใหม่ได้ (ปฐมกาล 22:1-10) พระเจ้าทรงถือว่าการเชื่อฟังและความเชื่อของท่านเป็นความชอบธรรม ดังนั้นพระองค์จึงทรงจัดเตรียมแกะผู้ตัวหนึ่งไว้เพื่อเป็นเครื่องเผาบูชาและทรงสำแดงพระองค์เองในฐานะพระเยโฮวาห์ยิเรห์ พระองค์ทรงอวยพรให้อับราฮัมเป็นพระพรในฐานะบิดาแห่งความเชื่อด้วยเช่นกัน

โยเซฟผู้ที่จำเริญขึ้นในทุกสิ่ง

โยเซฟเป็นบุตรชายคนที่สิบเอ็ดของยาโคบ เขาถูกพี่ชายของตนขายเป็นไปเป็นทาสในอียิปต์ แต่โยเซฟได้กลายเป็นผู้ปกครองเหนืออียิปต์ที่มีอำนาจรองจากฟาโรห์และช่วยอียิปต์ ครอบครัวของท่าน และตัวท่านเองให้รอดในช่วงการกันดารอาหารครั้งรุนแรง เราจะพูดเกี่ยวกับว่าโยเซฟได้รับการยอมรับจากคนอื่นและถวายสง่าราศีแด่พระเจ้าในสถานการณ์ที่สิ้นหวังเช่นนั้นอย่างไรและท่านมีความเชื่อชนิดใด

ประการแรก โยเซฟเป็นคนที่พระเจ้าทรงสถิตอยู่ด้วย ปฐมกาล 39:3 กล่าวว่า "นายก็เห็นว่าพระเยโฮวาห์ทรงสถิตอยู่กับโยเซฟ" โยเซฟเป็นทาสคนหนึ่งไม่ว่าท่านเคยมีปณิธานอย่างไรก็ตาม แต่โยเซฟไม่เคยทุกข์ใจเกี่ยวกับสถานการณ์ของตน ท่านเพียงแต่เชื่อฟังพระเจ้าและทำตามพระคำของพระองค์ การกระทำและจิตใจของท่านถูกต้องเหมาะสมในสายพระเนตรของพระเจ้า ดังนั้นพระเจ้าจึงทรงสถิตอยู่กับท่านและประทานพระพรแห่งความมั่งคั่งให้กับท่าน

ถ้าพระเจ้าทรงสถิตอยู่กับเรา เราก็สามารถเผชิญทุกสิ่งได้แม้เราจะตกอยู่ในสถานการณ์ที่ยากลำบาก ทุกคนที่พึ่งพิงพระเจ้าและทำตามพระคำของพระองค์อย่างสมบูรณ์จะได้รับพระพรแห่งความมั่งคั่งในทุกสิ่งเพราะพระเจ้าทรงสถิตอยู่กับเขา

ประการที่สอง โยเซฟเป็นคนที่ขยันหมั่นเพียร

โยเซฟทำดีที่สุดในสถานการณ์ที่เป็นอยู่และทำงานอย่างขยันหมั่นเพียรและสัตย์ซื่อ เมื่อท่านถูกขายให้ไปอยู่ในบ้านของโปทิฟาร์ในอียิปต์ ท่านทำงานเพื่อเจ้านายของท่านอย่างดีที่สุด ท่านเชื่อฟังและทำงานอย่างขยันหมั่นเพียร ท่านทำแบบเดียวกันเมื่อท่านถูกจำคุกเพราะข้อกล่าวหาที่ไม่ถูกต้อง ท่านขยันขันแข็งเมื่ออยู่ในคุกเช่นกัน ดังนั้นหัวหน้าผู้คุมจึงมอบนักโทษในคุกทั้งหมดไว้ในการกำกับดูแลของโยเซฟ หัวหน้าผู้คุมไม่ได้ทำงานใดเลยที่โยเซฟดูแล (ปฐมกาล 39:22-23) เราสามารถเป็นที่ยอมรับจากผู้คนที่อยู่รอบข้างเราได้เช่นกันเมื่อเราพยายามอย่างดีที่สุดที่จะทำหน้าที่ของเราให้สำเร็จไม่ว่าเราจะอยู่ที่ไหนก็ตาม เช่น ในที่ทำงาน ในโรงเรียน และในครอบครัว เป็นต้น

ประการที่สาม โยเซฟไม่เดินล้ำเส้นและไม่ก้าวเกินขอบเขตหรือข้อจำกัดของตน

โยเซฟมีรูปร่างหน้าตาหล่อเหลางดงาม บ่อยครั้งภรรยาของโปทิฟาร์ยั่วเย้าให้ท่านไปหลับนอนกับเธอ แต่โยเซฟปฏิเสธทุกครั้งและไม่ทำบาป ท่านกล่าวกับเธอว่า "ข้าพเจ้าจะทำความผิดใหญ่หลวงนี้อันเป็นบาปต่อพระเจ้าอย่างไรได้" (ปฐมกาล 39:9) เพราะเหตุนี้ท่านจึงถูกภรรยาของเจ้านายของท่านกล่าวหาอย่างไม่ถูกต้อง

งและถูกจำคุก แต่ท่านไม่ประท้วงหรือบ่นต่อว่า จากนั้นเมื่อเวลาที่กำหนดไว้มาถึงพระเจ้าทรงตั้งท่านให้เป็นผู้ปกครองเหนืออียิปต์ที่มีอำนาจรองจากฟาโรห์เท่านั้น ด้วยการทำตามแบบอย่างความเชื่อของโยเซฟ เราต้องไม่ประนีประนอมกับความอธรรมและทำชั่วโดยการถูกยั่วเย้าจากการทดลองหรือความโลภหรือการแสวงหาประโยชน์ส่วนตัว เราต้องเดินอยู่ในเส้นทางที่ถูกต้องเสมอ

โมเสสผู้สัตย์ซื่อกับสิ่งสารพัดในชุมชนของพระเจ้า

ความสัตย์ซื่อคือการทำหน้าที่ของเราอย่างสุดใจ สุดความคิด สุดชีวิต และการอุทิศตนของเรา พระเจ้าทรงมอบความรักพิเศษให้กับโมเสสเพราะท่านเป็นคนสัตย์ซื่อ พระองค์ทรงชมเชยท่านว่า "สำหรับโมเสสผู้รับใช้ของเราก็ไม่เป็นเช่นนั้น ในวงศ์วานทั้งหมดของเราเขาสัตย์ซื่อ เราพูดกับเขาปากต่อปากอย่างชัดเจน ไม่พูดเร้นลับ และเขาเห็นสัณฐานของพระเยโฮวาห์" (กันดารวิถี 12:7-8) โมเสสมีคุณลักษณะอะไรบ้างที่ทำให้ท่านได้รับความรักและพระพรเช่นนั้นของพระเจ้า

ประการแรก ท่านรักพระเจ้าและประชากรของท่านมากที่สุด

โมเสสเกิดมาในช่วงเวลาที่อียิปต์ข่มเหงคนอิสราเอลอย่างรุนแรง เนื่องจากคนอิสราเอลเพิ่มจำนวนขึ้นอย่างมากมายและทวีคูณ ฟาโรห์แห่งอียิปต์จึงกลัวคนเหล่านั้นและออกคำสั่งให้ฆ่าทารกเพศชายทุกคนเมื่อผู้หญิงชาวฮีบรูให้กำเนิดบุตร ดังนั้นโมเสสจึงถูกกำหนดไว้สำหรับความตายเนื่องจากท่านเกิดมาในหมู่ทารกเพศ

ชายเหล่านั้น แต่มารดาของท่านซ่อนท่านไว้เป็นเวลาสามเดือน เมื่อเธอไม่สามารถซ่อนทารกโมเสสไว้อีกต่อไปนางจึงเอาตะกร้าสานด้วยต้นกกและเอาทารกใส่ลงไปในตะกร้านั้นและนำไปวางไว้ที่กอปรือริมแม่น้ำไนล์ ธิดาของฟาโรห์เห็นตะกร้านั้นอยู่ระหว่างกอปรือและเธอรับโมเสสไว้เป็นบุตรของเธอ จากนั้นเธอพบกับนางมีเรียมผู้เป็นพี่สาวของโมเสส มีเรียมแนะนำให้ธิดาของฟาโรห์ไปหามารดาที่แท้จริงของโมเสสมาเป็นแม่นมเลี้ยงดูทารก ดังนั้นโมเสสจึงเรียนรู้เกี่ยวกับพระเจ้าและประชากรของพระองค์ผ่านทางมารดาของท่านเอง

วันหนึ่ง โมเสสสังหารคนอียิปต์ที่กำลังทุบตีคนอิสราเอล เหตุการณ์ครั้งนี้ทำให้ท่านต้องหลบหนีออกไปจากราชวัง จากนั้นท่านเริ่มต้นชีวิตอยู่ในถิ่นทุรกันดาร (อพยพ 2:11-15) ถ้าท่านเป็นห่วงเกี่ยวกับฐานะและความสุขสบายของตนท่านก็คงเพิกเฉยต่อความทุกข์ลำบากของประชากรของท่าน แต่ท่านไม่อาจเฝ้าดูความทุกข์ลำบากของประชากรของท่านเพราะท่านเลือกที่จะร่วมทุกข์กับประชากรของพระเจ้าแทนการเริงสำราญในความบาป ท่านเลือกเส้นทางแห่งความทุกข์ลำบากเพราะท่านรักพระเจ้าและประชากรของท่านและเห็นคุณค่าของรางวัลนิรันดร์ในสวรรค์มากกว่าเพชรนิลจินดาทุกชนิดของอียิปต์ (ฮีบรู 11:26)

ประการที่สอง ท่านถ่อมใจมากกว่ามนุษย์คนใดบนแผ่นดินโลก

ในช่วงการเดินทางไปยังแผ่นดินคานาอัน โมเสสพบกับความยากลำบากมากมายในฐานะผู้นำของชนชาติอิสราเอล คนเหล่านั้นบ่นและแสดงความขุ่นเคืองกับท่านเมื่อใดก็ตามที่เขาพบกับสถา

นการณ์ที่ยากลำบากแม้คนเหล่านั้นเคยเห็นหมายสำคัญและการอัศจรรย์ของพระเจ้าก็ตาม คนเหล่านั้นต้องการที่จะเอาหินขว้างโมเสสด้วยซ้ำไป สิ่งที่เลวร้ายที่สุดก็คือคนเหล่านั้นได้สร้างรูปวัวทองคำขึ้นมาและกราบไหว้รูปวัวทองคำนั้นโดยพูดว่าสิ่งนั้นคือพระเจ้าของเขาในขณะที่โมเสสยังอยู่บนภูเขาเพื่อรับเอาพระบัญญัติสิบประการ เมื่อทอดพระเนตรเห็นการกระทำของคนเหล่านั้นพระเจ้าทรงตัดสินพระทัยที่จะทำลายเขาเสียและสัญญาที่จะสร้างชนชาติใหญ่จากลูกหลานของโมเสสแทน จากนั้นโมเสสถวายคำอธิษฐานแห่งความรักต่อพระเจ้าว่า "แต่บัดนี้ขอพระองค์โปรดยกโทษบาปของเขา ถ้าหาไม่ ขอพระองค์ทรงลบชื่อของข้าพระองค์เสียจากทะเบียนที่พระองค์ทรงจดไว้" (อพยพ 32:32) เพราะท่านต้องการที่จะช่วยคนอิสราเอลให้รอดด้วยความอ่อนสุภาพของท่านอย่างจริงใจ พระเจ้าจึงทรงยอมรับว่าท่านเป็นคนที่ถ่อมใจโดยตรัสว่า "โมเสสเป็นคนถ่อมใจมากยิ่งกว่าคนทั้งปวงที่พื้นแผ่นดิน" (กันดารวิถี 12:3)

ประการที่สาม ท่านสัตย์ซื่อต่อสิ่งสารพัดในชุมชนของพระเจ้า

เหมือนที่กล่าวไปข้างต้นว่าความสัตย์ซื่อคือการทำหน้าที่ของเราอย่างสุดใจ สุดความคิด สุดชีวิต และการอุทิศตนของเรา เมื่อท่านสัตย์ซื่อในชีวิตทุกด้านของท่าน เช่น ในที่ทำงาน ในโรงเรียน และในคริสตจักร ท่านก็สามารถพูดว่าท่านสัตย์ซื่อต่อสิ่งสารพัดในชุมชนของพระเจ้า

แม้โมเสสจะเป็นผู้นำของชนชาติหนึ่ง แต่ท่านก็ถ่อมใจมากพอที่จะฟังคำแนะนำจากเยโธรพ่อตาของท่าน (อพยพ 18:13-26)

และท่านอธิษฐานเผือมีเรียมพีสาวของท่านเมือเธอเป็นโรคเรือนเนืองจากเธอมีความขุ่นเคืองใจกับโมเสส เธอได้รับการรักษาให้หายผ่านคำอธิษฐานของโมเสส (กันดารวิถี 12:9-16) คนอิสราเอลบ่นและแสดงความขุ่นเคืองต่อท่านหลายต่อหลายครัง แต่ท่านอดทนด้วยความรักและนำเขาด้วยความพากเพียรอย่างต่อเนือง ฮีบรู 3:5 กล่าวว่า “ฝ่ายโมเสสนันสัตย์ซือในพรรคพวกของพระองค์ทังสินก็อย่างคนรับใช้ เพือจะได้เป็นพยานถึงเหตุการณ์เหล่านันซึงจะกล่าวต่อภายหลัง” คนรับใช้หมายถึงคนงานทีถูกจ้างให้ทำสิงเล็ก ๆ น้อย ๆ ดังนันเราสามารถรู้ว่าโมเสสถ่อมตนมากเพียงใดและท่านสัตย์ซือแค่ไหน

ดาวิดที่พระเจ้าทรงชอบพระทัย

ดาวิดเป็นบุตรคนสุดท้องในบรรดาบุตรชายทั้งแปดคนของเจสซีและท่านเป็นคนเลี้ยงแกะ วันหนึ่งซามูเอลผู้เผยพระวจนะมายังครัวเรือนของเจสซีตามพระบัญชาของพระเจ้า ครั้งแรกซามูเอลให้ความสนใจกับเอลีอับผู้มีรูปร่างหน้าตาดี แต่พระเจ้าทรงสั่งให้ท่านเจิมดาวิดให้เป็นกษัตริย์โดยตรัสว่า "มนุษย์ดูที่รูปร่างภายนอกแต่พระเยโฮวาห์ทอดพระเนตรจิตใจ" (1 ซามูเอล 16:7) ดาวิดได้รับการยกย่องว่าท่านเป็นคนที่พระเจ้าทรงชอบพระทัย ดาวิดเป็นคนชนิดใดท่านจะได้รับความรักและพระพรเช่นนั้น

ประการแรก ท่านเป็นคนที่ยำเกรงพระเจ้า
สุภาษิต 8:13 กล่าวว่า "ความยำเกรงพระเยโฮวาห์เป็นความเกลียดชังความชั่วร้าย" เนื่องจากดาวิดยำเกรงและรักพระเจ้า ท่านจึงดำเนินชีวิตที่พระเจ้าทรงพอพระทัยด้วยการละทิ้งความชั่วและรักษาพระคำของพระเจ้า (สดุดี 119:74) ท่านแย่งนางบัทเชบาจากอุรีอาห์สามีของนางและวางแผนให้เขาถูกสังหารโดยคนต่างชาติในสนามรบ แต่เมื่อผู้เผยพระวจนะนาธันตักเตือนท่าน ดาวิดไ

ด้กลับใจทันทีเพราะความยำเกรงพระเจ้าของท่าน

ประการที่สอง ท่านทำหน้าที่ของตนให้สำเร็จแม้ด้วยชีวิตของท่าน

คำกล่าวยอมรับของดาวิดทำให้เราเข้าใจถึงจิตใจของท่านเมื่อครั้งที่ท่านยังเป็นเด็กเฝ้าดูฝูงแกะของบิดาท่าน 1 ซามูเอล 17:34-35 กล่าวว่า "ผู้รับใช้ของพระองค์เคยดูแลแพะแกะของบิดา และเมื่อมีสิงโตหรือหมีมาเอาลูกแกะตัวหนึ่งไปจากฝูง ข้าพระองค์ก็ไล่ตามฆ่ามัน และช่วยลูกแกะนั้นให้พ้นมาจากปากของมัน ถ้ามันลุกขึ้นต่อสู้ข้าพระองค์ ข้าพระองค์ก็จับหนวดเคราของมัน และทุบตีมันจนตาย" เหมือนที่ดาวิดกล่าวไว้ในข้อนี้ว่าท่านเฝ้าระวังฝูงแกะที่ท่านได้รับมอบหมายด้วยชีวิตของท่าน

ประการที่สาม ท่านมีความเชื่อที่แท้จริง

โกลิอัทเป็นคนฟีลิสเตียที่มีร่างกายสูงใหญ่เหมือนยักษ์ เขาสูงประมาณสามเมตร (หรือ 99 นิ้ว) เขาสวมหมวกทองเหลืองไว้ที่ศีรษะ สวมเสื้อเกราะและมีหอกทองเหลืองแขวนอยู่ที่บ่า ดาวิดเป็นเด็กชายที่ไปยังสนามรบเพื่อทำธุระให้กับบิดาของตนในขณะที่ท่านกำลังเฝ้าดูแกะ แต่ดาวิดทนไม่ได้เมื่อโกลิอัทหมิ่นประมาทกองทัพของพระเจ้าผู้ทรงพระชนม์อยู่ทั้งกลางวันและกลางคืนเป็นเวลาสี่สิบวัน ท่านเดินเข้าหาโกลิอัทอย่างกล้าหาญด้วยสลิงในมือและก้อนหินเกลี้ยงโดยไม่มีอาวุธอย่างอื่น สาเหตุก็เพราะว่าท่านมีความเชื่อที่แท้จริงซึ่งทำให้ท่านพึ่งพิงพระเจ้าผู้ยิ่งใหญ่ ท่านได้รับชัยชนะอย่

างอัศจรรย์เพราะท่านเชื่อจากส่วนลึกแห่งจิตใจของท่านว่าพระเจ้าทรงสถิตอยู่กับท่านเสมอและทรงนำท่านไปในทางที่รุ่งเรืองเมื่อท่านเหวี่ยงก้อนหินออกไป หินก้อนนั้นถูกที่หน้าผากและจมลงไปในหน้าผากของโกลิอัทและคนอิสราเอลได้รับชัยชนะในการทำสงคราม (1 ซามูเอล 17:46-49)

ประการที่สี่ ท่านทำสิ่งที่ดีไปจนถึงที่สุด

กษัตริย์ซาอูลแต่งตั้งให้ดาวิดอยู่เหนือนักรบทั้งหลายเพราะดาวิดเป็นคนฉลาดและกล้าหาญ เมื่อดาวิดกลับมาพร้อมกับชัยชนะในการทำสงคราม มีพวกผู้หญิงออกมาเต้นรำและขับร้องเพลงว่า “ซาอูลฆ่าคนเป็นพัน ๆ และดาวิดฆ่าคนเป็นหมื่น ๆ” ซาอูลเริ่มอิจฉาดาวิด ซาอูลเคยพุ่งหอกใส่ดาวิดหมายจะฆ่าท่านในขณะที่ดาวิดกำลังดีดพิณถวายซาอูลที่ถูกวิญญาณชั่วเข้าสิง แต่ดาวิดไม่ฆ่ากษัตริย์ซาอูลแม้ในยามที่ท่านมีโอกาสที่จะฆ่ากษัตริย์ซาอูล ดาวิดทำตามความดีเพียงอย่างเดียวในขณะที่กษัติรย์ซาอูลพยายามทุกวิถีทางที่จะฆ่าดาวิด

แม้ผู้คนจะมีคุณลักษณะสามอย่างที่อธิบายไว้เบื้องต้น แต่ถ้าเขามีจิตใจที่เปลี่ยนแปลงไปตามผลประโยชน์ส่วนตัว เขาก็ไม่สามารถเป็นภาชนะที่สมบูรณ์แบบได้ แต่ถ้าท่านประพฤติตนอยู่ในความดีโดยไม่แปรเปลี่ยนและเดินอยู่ในทางที่ถูกต้อง ท่านก็สามารถเป็นบุคคลที่มีคุณค่าคนหนึ่งซึ่งได้รับความรักของพระเจ้าเหมือนดาวิด

ดาเนียลผู้ได้รับพระคุณ

ผู้คนจำนวนมากไร้สันติสุขที่แท้จริงเนื่องจากปัญหาหลายอย่างที่เกิดขึ้นในโลก แต่พระคัมภีร์บอกเราว่าผู้คนที่มีความเชื่อที่แท้จริงไม่ต้องวิตกกังวลในเรื่องใดเลย ดาเนียลถูกจับตัวไปเป็นเชลย แต่ท่านกลายเป็นอภิรัฐมนตรีและดำเนินชีวิตด้วยการถวายสง่าราศีแด่พระเจ้าเพียงอย่างเดียว ถ้าเช่นนั้น ดาเนียลมีความเชื่อชนิดใด และท่านได้รับพระคุณของพระเจ้าได้อย่างไร

ประการแรก ท่านสำแดงความรักอย่างมั่นคงที่มีต่อพระเจ้า

ดาเนียลถูกจับไปเป็นเชลยเมื่อเนบูคัดเนสซาร์เป็นกษัตริย์แห่งบาบิโลนและยกทัพมาโจมตียูดาห์ทางตอนใต้ กษัตริย์แห่งบาบิโลนคัดเลือกคนหนุ่มที่เฉลียวฉลาดที่สุดในหมู่เชลยและได้สอนวรรณกรรมและภาษาให้กับคนเหล่านั้นเป็นเวลาสามปี คนหนุ่มเหล่านี้ได้รับประทานแม้กระทั่งอาหารของพระราชา ดาเนียลเป็นหนึ่งในคนหนุ่มเหล่านี้ ท่านขออนุญาตจากหัวหน้าขันทีเพื่อจะไม่รับป

ระทานอาหารของพระราชา ท่านกลัวว่าอาหารนั้นอาจมีสิ่งที่บูชาให้กับรูปเคารพเจือปนอยู่หรือเป็นอาหารที่น่ารังเกียจ ด้วยวิธีนี้ท่านได้สำแดงถึงความรักและการยำเกรงที่ท่านมีต่อพระเจ้าและพยายามที่จะรักษาพระบัญญัติของพระองค์ ดังนั้นพระเจ้าจึงทรงควบคุมสถานการณ์ทุกอย่างรอบข้างท่านเอาไว้และทรงช่วยให้ท่านเกิดผลอันดีในทุกสิ่งเพื่อเป็นการตอบแทนท่าน นอกจากนั้น พระเจ้าได้ทรงประทานความสามารถให้กับดาเนียลเพื่อให้ท่านเข้าใจนิมิตและความฝันทุกประเภท เมื่อเราสำแดงความรักของเราต่อพระเจ้าอย่างชัดเจนในทุกสถานการณ์ เราก็สามารถรับเอาความรักและพระคุณจากพระองค์

ประการที่สอง ท่านรักษาความเชื่อในพระเจ้าเอาไว้โดยไม่แปรเปลี่ยน

อภิรัฐมนตรีคนอื่นพยายามที่จะกล่าวหาดาเนียลอย่างผิด ๆ เพราะความอิจฉาเนื่องจากดาเนียลได้รับความรักจากกษัตริย์ดาริอัสแห่งบาบิโลนในฐานะอภิรัฐมนตรี คนเหล่านั้นร้องขอให้กษัตริย์ออกพระราชกฤษฎีกาโดยตราเป็นกฎหมายว่าถ้าผู้ใดอธิษฐานวิงวอนต่อพระเจ้าหรือมนุษย์นอกเหนือจากกษัตริย์ในช่วงเวลาสามสิบวันก็ให้โยนผู้นั้นลงไปในถ้ำสิงห์ ดาเนียลทราบถึงเรื่องนี้ แต่ท่านก็ยังอธิษฐานตามปกติโดยเปิดหน้าต่างห้องชั้นบนของท่านตรงไปยังกรุงเยรูซาเล็มวันละสามครั้ง ในที่สุดท่านก็ถูกโยนลงไปในถ้ำสิงห์ฐานละเมิดพระราชกฤษฎีกา แต่พระเจ้าทรงส่งทูตสวรรค์ของพระองค์ไปปิดปากสิงห์ไว้และสิงโตเหล่านั้นไม่ได้ทำอันตรายท่านเลย

ดาเนียลรู้ว่าทุกสิ่งที่ท่านมีล้วนเป็นมาจากพระคุณของพระเจ้า ดังนั้นท่านจึงไม่ประนีประนอมแต่ท่านได้รักษาความเชื่อเอาไว้แม้ต้องเสียงกับความตาย เช่นเดียวกัน ถ้าเราเดินอยู่ในวิถีทางที่ถูกต้องโดยไม่ประนีประนอมกับโลกพระเจ้าจะทรงคุ้มครองป้องกันเรา

ประการที่สาม ท่านพยายามทำหน้าที่และทำงานอย่างสัตย์ซื่อ

ดาเนียลทำงานอย่างขยันหมั่นเพียรและสัตย์ซื่อในฐานะประธานใหญ่ของนักปราชญ์ทั้งสิ้นแห่งบาบิโลนในสมัยของกษัตริย์เนบูคัดเนสซาร์และท่านเป็นหนึ่งในอภิรัฐมนตรีสามคนในเปอร์เซียในสมัยของกษัตริย์ดาริอัส พระเจ้าทรงสำแดงนิมิตของสิ่งที่จะเกิดขึ้นกับโลกในอนาคตให้กับดาเนียลผู้ซึ่งเอาจริงเอาจังและสัตย์ซื่อในสิ่งสารพัด (ดาเนียลบทที่ 9) เช่นเดียวกับดาเนียล เราควรทำให้พระเจ้าพอพระทัยด้วยการประพฤติแห่งความเชื่ออย่างจริงใจและได้รับพระคุณและความรักของพระเจ้า

มารีย์ชาวมักดาลาผู้เจิมด้วยน้ำมันหอม

ในการทำพันธกิจในหมู่ประชาชนของพระองค์ พระเยซูทรงรักษาผู้ป่วย ประกาศพระกิตติคุณแห่งแผ่นดินสวรรค์ และประทานความหวังและการเล้าโลมใจให้กับผู้คนจำนวนมาก มารีย์ชาวมักดาลาเติบโตขึ้นในพื้นที่ซึ่งมีการกราบไหว้รูปเคารพอย่างดาษดื่นมาหลายชั่วอายุคน ดังนั้นเธอจึงทนทุกข์กับโรคภัยนานาชนิดภายใต้อำนาจของความมืด ในเวลาเดียวกัน เธอได้ยินเกี่ยวกับพระเยซูและเริ่มมีความเชื่อว่าเธอจะได้รับการรักษาให้หายจากความอ่อนแอและโรคภัยทั้งสิ้นของเธอถ้าเธอได้พบกับพระองค์

ในที่สุดเธอได้ยินว่าพระเยซูเสด็จมายังเมืองของเธอและเธอเดินทางมาหาพระเยซูด้วยผอบน้ำมันหอม เธอไม่กล้ายืนอยู่ต่อหน้าพระพักตร์พระองค์ ดังนั้นเธอจึงไปยืนอยู่ด้านหลังพระองค์ใกล้กับพระบาทของพระเยซูพร้อมกับร้องไห้คร่ำครวญ น้ำตาของเธอหยดลงที่พระบาทของพระเยซูและเธอใช้เส้นผมของตนเช็ดที่พระบาทของพระองค์และเธอทุบผอบน้ำมันหอมและเทน้ำมันหอมราคาแพงนั้นเจิมลงที่พระบาทของพระองค์

เนื่องจากมารีย์ชาวมักดาลามาอยู่ต่อพระพักตร์พระเยซูและสำ

แดงจิตใจของเธอออกมาด้วยความเชื่อ เธอจึงได้รับการยกโทษความผิดบาปของเธอด้วยพระคุณของพระเจ้าและได้รับการรักษาให้หายจากโรคภัยทั้งสิ้นของเธอพร้อมกับได้รับความรอด

ถ้าเช่นนั้น ในฝ่ายวิญญาณ การที่มารีย์ชาวมักดาลาทุบผอบน้ำมันหอมและเจิมลงที่พระบาทของพระเยซูเป็นสัญลักษณ์ของสิ่งใด

คำว่า "ผอบน้ำมันหอม" ในที่นี้ในฝ่ายวิญญาณเป็นสัญลักษณ์ของร่างกาย การทุบผอบน้ำมันหอมหมายถึงการอุทิศตนเองให้กับพระเยซูด้วยการถวายร่างกายของตน ไม่ว่าน้ำมันหอมจะมีราคาแพงเพียงใดก็ตาม เราจะสามารถเทน้ำมันหอมออกมาได้ก็ต่อเมื่อหลังจากที่เราทุบผอบน้ำมันหอมแล้วเท่านั้น กล่าวคือ การอุทิศตนจะเกิดขึ้นได้ก็ต่อเมื่อเราปฏิเสธตนเองอย่างสิ้นเชิงโดยไม่คำนึงถึงอำนาจหรือตำแหน่งของเรา ไม่เช่นนั้นเราก็ไม่สามารถอุทิศตนเองอย่างสิ้นเชิงได้เนื่องจากความคิดที่ว่า "คนอื่นจะคิดอย่างไงในเรื่องนี้"

ในเวลานั้นน้ำมันหอมเป็นสิ่งที่มีราคาแพงมาก ด้วยเหตุนี้ในฝ่ายวิญญาณ การที่มารีย์ชาวมักดาลาทุบผอบน้ำมันหอมและเจิมน้ำมันหอมนั้นลงที่พระบาทพระเยซูจึงหมายความว่าเธอได้มอบถวายจิตใจและความคิดทั้งสิ้นของตนให้กับพระองค์ เมื่อเธอเช็ดพระบาทของพระเยซูด้วยเส้นผมของเธอ สิ่งนี้แสดงให้เห็นถึงความลึกซึ้งและความจริงใจของจิตใจที่ถ่อมลงของเธอ การรับใช้ของเธอ ความรักของเธอ และการอุทิศตนของเธอ เราควรทุบสิ่งที่อยู่ฝ่ายเนื้อหนังทุกอย่าง (เช่น ทิฐิมานะและความหยิ่งผยอง เป็นต้น) ด้วยเช่นกันและมอบถวายจิตใจและการอุทิศตนที่มีค่าที่สุดแด่องค์พระผู้เป็นเจ้า

อัครทูตเปาโลกับความเชื่อที่ไม่เปลี่ยน

อัครทูตเปาโลเคยเป็นคนที่ร้อนรนเพื่อศาสนายิวและเป็นผู้นำในการจับกุมผู้คนที่เชื่อในพระเยซูไปขังคุก แต่ท่านกลับใจหลังจากที่ท่านได้พบกับองค์พระผู้เป็นเจ้าและหลังจากนั้นท่านได้ประกาศพระกิตติคุณกับผู้คนจำนวนนับไม่ถ้วนในฐานะอัครทูตสำหรับคนต่างชาติและก่อตั้งคริสตจักรมากมาย ท่านวิ่งบนเส้นทางแห่งความเชื่อด้วยจิตใจที่ไม่แปรเปลี่ยนภายใต้การข่มเหงทุกรูปแบบ (กิจการ 20:24)

ครั้งหนึ่งท่านถูกทุบตีและถูกจำคุกเพราะการประกาศพระกิตติคุณของท่าน แต่เปาโลอธิษฐานและสรรเสริญพระเจ้าเพียงอย่างเดียว ในทันใดนั้นก็เกิดแผ่นดินไหวใหญ่จนรากคุกสะเทือนสะท้านและประตูคุกเปิดหมดทุกบาน (กิจการ 16:25-26) นอกจากนั้นเมื่อท่านถูกจำคุกอยู่ในเมืองฟีลิปปีเปาโลไม่เคยเป็นทุกข์ใจหรือโศกเศร้า แต่ท่านกลับแนะนำสมาชิกของคริสตจักรฟีลิปปีให้ชื่นบานอยู่เสมอ (ฟีลิปปี 4:4)

ท่านไม่ได้พูดว่าท่านทุกข์ลำบากและท่านไม่เคยปฏิเสธพ

ระเยซูคริสต์แม้ในยามที่ท่านเผชิญหน้ากับความตายและหมดหวังที่จะเอาชีวิตรอดกลับมาได้ (2 โครินธ์ 1:8; 11:23) ท่านชื่นชมยินดีอยู่ตลอดเวลา ขอบพระคุณอยู่เสมอ และทำงานอย่างสัตย์ซื่อเพราะความหวังของท่านในเรื่องแผ่นดินสวรรค์

ดังนั้นอัครทูตเปาโลจึงกล่าวไว้ใน 2 ทิโมธี 4:7-8 ว่า "ตั้งแต่นี้ไป มงกุฎแห่งความชอบธรรมก็เตรียมไว้สำหรับข้าพเจ้าแล้ว ซึ่งองค์พระผู้เป็นเจ้า ผู้พิพากษาอันชอบธรรมจะทรงประทานแก่ข้าพเจ้าในวันนั้น และมิใช่แก่ข้าพเจ้าผู้เดียวเท่านั้น แต่จะทรงประทานแก่คนทั้งปวงที่รักการเสด็จมาของพระองค์"

พระเจ้าทรงกำลังมองหาผู้คนที่มีความเชื่อซึ่งไม่แปรเปลี่ยนเหมือนอัครทูตเปาโลและทรงทำให้พระราชกิจของพระองค์สำเร็จและได้รับสง่าราศีผ่านทางคนเหล่านี้

แต่บางคนบ่นหลังจากทำงานอย่างสัตย์ซื่อเพื่อพระเจ้า สิ่งนี้หมายความว่าเขาไม่ได้ทำงานด้วยความเชื่อ ดังนั้นพระเจ้าจึงไม่พอพระทัยกับการกระทำของเขาไม่ว่าเขาจะทำงานหนักเพียงใดก็ตาม สาเหตุก็เพราะว่าพระเจ้าทรงยินดีที่จะยอมรับเฉพาะสิ่งที่ทำด้วยความเชื่อเท่านั้น เราควรทำงานเพื่อแผ่นดินของพระเจ้าด้วยความเชื่อที่ไม่แปรเปลี่ยน ด้วยความหวังในเรื่องแผ่นดินสวรรค์ และด้วยการขอบพระคุณเหมือนที่อัครทูตเปาโลได้กระทำไว้เป็นแบบอย่าง

บุคคลที่ดีเลิศ บุคคลที่ได้รับพร

มีผู้คนจำนวนมากในโลกนี้ที่ได้สร้างคุณูปการอย่างยิ่งใหญ่ในแวดวงสาขาของตนเอง คนเหล่านี้สามารถฝากรอยเท้าของตนไว้ในประวัติศาสตร์เพราะเขามีความเชื่อมั่นในสิ่งที่ตนทำ มีเป้าหมายที่เจาะจง และไม่เสียดายชีวิตของตนเพื่อให้บรรลุตามเป้าหมายนั้น แต่เราไม่สามารถพูดว่าคนเหล่านั้นเป็นบุคคลที่ดีเลิศ ถ้าความสำเร็จของเขาจบลงในโลกนี้เท่านั้น เราสามารถพูดว่าผู้คนที่ส่องแสงสว่างแห่งความจริงบนโลกนี้ต่างหากคือบุคคลที่ดีเลิศอย่างแท้จริง

ถ้าเช่นนั้นเราควรทำสิ่งใดเพื่อเราจะได้ชื่นชมกับชีวิตที่มีคุณค่าในฐานะบุคคลที่ดีเลิศและได้รับพรอย่างแท้จริง

เฉลยธรรมบัญญัติ 28:1 กล่าวว่า "ต่อมาถ้าท่านทั้งหลายเชื่อฟังพระสุรเสียงของพระเยโฮวาห์พระเจ้าของท่าน และระวังที่จะกระทำตามบรรดาพระบัญญัติของพระองค์ซึ่งข้าพเจ้าบัญชาท่านในวันนี้ พระเยโฮวาห์พระเจ้าของท่านจะทรงตั้งท่านไว้ให้สูงกว่าบร

รดาประชาชาติทั้งหลายทั่วโลก” เพื่อจะเป็นบุคคลที่ดีเลิศเราควรมีชีวิตที่บริสุทธิ์ด้วยการดำเนินชีวิตโดยพระบัญญัติทั้งสิ้นของพระเจ้าและทำตามน้ำพระทัยของพระองค์อย่างสมบูรณ์แบบ

พระเจ้าแห่งความรักไม่เพียงแต่ต้องการให้เราเป็นบุคคลที่ดีเลิศเท่านั้นแต่พระองค์ทรงต้องการให้เราเป็นบุคคลที่ได้รับพรด้วยเช่นกัน เฉลยธรรมบัญญัติ 28:2-6 กล่าวว่า “บรรดาพระพรเหล่านี้จะตามมาทันท่าน ถ้าท่านทั้งหลายเชื่อฟังพระสุรเสียงของพระเยโฮวาห์พระเจ้าของท่าน...ท่านจะรับพระพรเมื่อท่านเข้ามาและท่านจะรับพระพรเมื่อท่านออกไป” คำว่า “เชื่อฟัง” ในข้อนี้ไม่ได้หมายถึงการทำในสิ่งที่เราทำได้ด้วยกำลังของเราเองเท่านั้น แต่หมายถึงการเชื่อฟังพระบัญชาของพระเจ้าด้วยความเชื่อซึ่งไม่อาจเข้าใจได้ด้วยความรู้และประสบการณ์ของมนุษย์หรือซึ่งดูเหมือนจะเป็นไปไม่ได้ด้วยความสามารถของมนุษย์ด้วยเช่นกัน บิดาแห่งความเชื่อในพระคัมภีร์หลายคน (เช่น ดาเนียล โยเซฟ อับราฮัม และโมเสส) ล้วนเชื่อฟังพระเจ้าด้วยวิธีนี้ คนเหล่านั้นเชื่อพระเจ้า รักษาพระบัญญัติทั้งสิ้นของพระองค์ พร้อมกับชื่นชมยินดีและขอบพระคุณอยู่เสมอในทุกสถานการณ์และทุกสภาพการณ์ ในที่สุดคนเหล่านั้นก็กลายเป็นผู้คนที่ได้รับพระกระทำการอันยิ่งใหญ่ของพระเจ้า และถวายสง่าราศีแด่พระเจ้า เราสามารถเป็นบุคคลที่ดีเลิศและบุคคลที่ได้รับพรเหมือนบิดาแห่งความเชื่อเหล่านั้นได้เช่นกันเมื่อเราให้ความสนใจกับพระคำของพระเจ้าและเชื่อฟังพระคำนั้น

เกี่ยวกับผู้เขียน:
ดร. แจร็อก ลี

ดร. แจร็อก ลีเกิดที่เมืองมวน จังหวัดโจนนัม สาธารณะรัฐเกาหลี ในปี 1943 เมื่อท่านมีอายุ 20 ปี ดร. ลี ทนทุกข์ทรมานกับโรคภัยไข้เจ็บที่รักษาไม่ได้หลายชนิดเป็นเวลาถึงเจ็ดปีและนอนรอความตายโดยไม่มีความหวังของการหายจากโรค แต่อยู่มาวันหนึ่งในช่วงฤดูใบไม้ผลิของปี 1974 พี่สาวของท่านพาท่านมาที่คริสตจักรและเมื่อท่านคุกเข่าลงอธิษฐานพระเจ้าผู้ทรงพระชนม์อยู่ทรงรักษาท่านให้หายจากโรคภัยไข้เจ็บทั้งสิ้นของท่านในทันที

นับจากช่วงเวลาที่ดร.ลีพบกับพระเจ้าผู้ทรงพระชนม์อยู่ผ่านทางประสบการณ์ที่อัศจรรย์นั้นเป็นต้นมาท่านรักพระเจ้าอย่างจริงใจและด้วยสุดหัวใจของท่าน ในปี 1978 ท่านได้รับการทรงเรียกให้เป็นผู้รับใช้พระเจ้า ท่านอธิษฐานอย่างร้อนรนเพื่อจะเข้าใจน้ำพระทัยของพระเจ้าอย่างชัดเจนและทำให้น้ำพระทัยนั้นสำเร็จอย่างสมบูรณ์พร้อมทั้งเชื่อฟังพระวจนะทั้งสิ้นของพระเจ้า ในปี 1982 ท่านได้ก่อตั้งคริสตจักรมันมินเซ็นทรัลขึ้นในกรุงโซล ประเทศเกาหลีใต้ พระราชกิจอันมากมายของพระเจ้าซึ่งรวมถึงการรักษาโรคอย่างอัศจรรย์และหมายสำคัญต่าง ๆ เกิดขึ้นในคริสตจักรของท่านอย่างต่อเนื่อง

ในปี 1986 ดร.ลีได้รับการสถาปนาให้เป็นศิษยาภิบาล ณ ที่ประชุมสมัชชาประจำปีของคริสตจักรของพระเยซู “ซุงกุล” แห่งประเทศเกาหลีใต้และในปี 1990 (4 ปีต่อมา) คำเทศนาของท่านถูกนำไปเผยแพร่ออกอากาศในประเทศออสเตรเลีย สหรัฐอเมริกา รัสเซีย ฟิลิปปินส์ ภายในเวลาสั้น ๆ มีประเทศต่าง ๆ อีกหลายประเทศได้ยินได้ฟังถึงเรื่องราวของพระเยซูคริสต์ผ่านพันธกิจของผู้ประกาศข่าวประเสริฐ (เอฟ.อี.บี.ซี.) สถานีวิทยุกระจายเสียงแห่งเอเชีย (เอ.บี.เอส.) และสถานีวิทยุคริสเตียนแห่งกรุงวอชิงตัน (ดับเบิ้ลยู.ซี.อาร์.เอส.)

สามปีต่อมา (ในปี 1993) คริสตจักรมันมินเซ็นทรัลได้รับเลือกให้เป็นหนึ่งใน “50 คริสตจักรยอดเยี่ยมของโลก” โดยนิตยสาร “โลกคริสตชน” ของสหรัฐอเมริกา ในปี 1993 นี้ท่านได้รับมอบปริญญาดุษฎีบัณฑิตกิตติมศักดิ์ (D.D.) สาขาพันธกิจศาสตร์จาก Christian Faith College รัฐฟลอริดา สหรัฐอเมริกาและในปี 1996 ท่านได้รับปริญญาดุษฎีบัณฑิต (Ph.D.) จาก Kingsway Theological Seminary รัฐไอโอวา สหรัฐอเมริกา

นับตั้งแต่ปี 1993 เป็นต้นมา ดร.ลีเป็นหัวหอกในการทำพันธกิจทั่วโลกโดยผ่านการประกาศครั้งใหญ่ที่จัดขึ้นในประเทศต่าง ๆ เช่น ประเทศแทนซาเนีย อาร์เจนติน่า อูกานดา ญี่ปุ่น ปากีสถาน เคนย่า ฟิลิปปินส์ ฮอนดูรัส อินเดีย รัสเซีย เยอรมันนี เปรู สาธารณะรัฐประชาธิปไตยคองโก อิสราเอล และเอสโตเนีย รวมทั้งในเมืองสำคัญของสหรัฐอเมริกา เช่น นครนิวยอร์ก แอล.เอ. บัลติมอร์ และรัฐฮาวาย เป็นต้น

ในปี 2002 ท่านได้รับการยอมรับให้เป็น “นักเทศน์ฟื้นฟูทั่วโลก” โดยหนังสือพิมพ์ยักษ์ใหญ่ของคริสเตียนในเกาหลีหลายฉบับจากการทำพันธกิจของท่านที่เต็มไปด้วยฤทธิ์อำนาจในต่างประเทศ โดยเฉพาะอย่างยิ่ง การประกาศใหญ่ที่นครนิวยอร์กปี 2006 ซึ่งจัดขึ้นที่เมดิสันสแควร์การ์เด้น (สถานที่อันโด่งดังที่สุดในโลก)

ถูกเผยแพร่ออกอากาศไปยัง 220 ประเทศทั่วโลก และการประกาศใหญ่ในอิสราเอลปี 2009 ซึ่งจัดขึ้นที่ศูนย์ประชุมนานาชาติ (ไอ.ซี.ซี.) ในเยรูซาเล็มซึ่งท่านประกาศอย่างกล้าหาญว่าพระเยซูทรงเป็นพระเมสสิยาห์และพระผู้ช่วยให้รอด

คำเทศนาของท่านถูกถ่ายทอดผ่านดาวเทียมออกไปยัง 176 ประเทศซึ่งรวมถึงโทรทัศน์จี.ซี.เอ็น.และดร.แจร็อก ลีได้รับการประกาศให้เป็น "หนึ่งในสิบยอดผู้นำคริสเตียนที่มีบารมีมากที่สุดในโลก" ในปี 2009 และ 2010 โดยนิตยสารคริสเตียน Invictory ของรัสเซียและสำนักข่าว Christian Telegraph จากการทำพันธกิจทางโทรทัศน์ที่เต็มไปด้วยฤทธิ์อำนาจและพันธกิจการอภิบาลคริสตจักรในต่างประเทศของท่าน

ในเดือนพฤษภาคม 2013 คริสตจักรมันมินเซ็นทรัลมีสมาชิกมากกว่า 120,000 คนและมีคริสตจักรสาขาอยู่ทั่วโลกมากกว่า 10,000 แห่งซึ่งรวมถึงคริสตจักรสาขาในประเทศ 56 แห่งและมีการส่ง

มิชชันนารีมากกว่า 123 คนไปทำพันธกิจใน 23 ประเทศทั่วโลกซึ่งรวมถึงสหรัฐอเมริกา รัสเซีย เยอรมันนี แคนนาดา ญี่ปุ่น จีน ฝรั่งเศส อินเดีย เคนย่าและอีกหลายประเทศ

ในปัจจุบัน ดร.ลีได้เขียนหนังสือ 85 เล่ม ซึ่งรวมถึงหนังสือที่มียอดขายสูงสุดเรื่อง "ลิ้มรสชีวิตนิรันดร์ก่อนความตาย" "ชีวิตและศรัทธาของข้าพเจ้า" "สาส์นจากกางเขน" "ขนาดแห่งความเชื่อ" "สวรรค์ภาค 1 และ 2" "นรก" "ตื่นเถิดอิสราเอล" และ "ฤทธานุภาพของพระเจ้า" งานเขียนของท่านถูกแปลเป็นภาษาต่าง ๆ มากกว่า 76 ภาษา

บทความของท่านยังถูกนำไปตีพิมพ์ในหนังสือพิมพ์และนิตยสารหลายฉบับ เช่น "เดอะ ฮานกุก อิลโบ" "เดอะ จูง-อัง อิลโบ" "เดอะ มุนวา อิลโบ" "เดอะ โซล ชินมุล" "เดอะ คยุงยาง ชินมุน" "เดอะโกเรียอีโคโนมิก เดลี่" "เดอะ โกเรีย เฮราลด์" "เดอะ ชิซา นิวส์" และ "เดอะคริสเตียนเพรส" เป็นต้น

ปัจจุบัน ดร.ลีเป็นผู้นำของสมาคมและองค์กรมิชชันนารีจำนวนมาก ตำแหน่งเหล่านี้ประกอบด้วยประธานของสหคริสตจักรแห่งความบริสุทธิ์เกาหลี (UHCK) ประธานพันธกิจมิชชันโลกมันมิน (MWM) ประธานถาวรของสมาคมพันธกิจการฟื้นฟูคริสเตียนทั่วโลก ผู้ก่อตั้งและประธานเครือข่ายคริสเตียนทั่วโลก (GCN) ผู้ก่อตั้งและประธานเครือข่ายหมอคริสเตียนทั่วโลก (WCDN); และผู้ก่อตั้งและประธานสถาบันศาสนศาสตร์นานาชาติมันมิน (MIS)

หนังสือเล่มอื่น ๆ ที่เขียนขึ้นโดยผู้เขียนคนเดียวกันได้แก่...

I

สวรรค์ (ภาค 1)
สวรรค์ (ภาค 2)

คำบรรยายโดยละเอียดเกี่ยวกับสภาพแวดล้อมที่มีชีวิตชีวาซึ่งพลเมืองแห่งสวรรค์จะได้ชื่นชมและการบรรยายลักษณะอันงดงามของสวรรค์ชั้นต่าง ๆ
คำเชิญชวนให้เข้าสู่นครเยรูซาเล็มใหม่อันบริสุทธิ์ซึ่งประตูทั้งสิบสองบานของนครนี้ทำด้วยไข่มุกอันแวววาวระยิบระยับ นครนี้ตั้งอยู่ท่ามกลางสวรรค์อันรุ่งเรืองสุกใสเหมือนดังเพชรนิลจินดาที่มีค่า

ตื่นเถิดอิสราเอล

เพราะเหตุใดพระเจ้าจึงทรงเฝ้าดูอิสราเอลตั้งแต่จุดเริ่มต้นของโลกมาจนถึงปัจจุบัน อะไรคือการจัดเตรียมของพระเจ้าสำหรับอิสราเอล (ผู้ที่รอคอยพระเมสสิยาห์) ในช่วงวาระสุดท้าย

สาส์นจากกางเขน

ทำไมพระเยซูจึงเป็นพระผู้ช่วยให้รอดเพียงผู้เดียว เป็นข่าวสารแห่งการฟื้นฟูที่มีอานุภาพสำหรับทุกคนที่หลับใหลฝ่ายวิญญาณ ในหนังสือเล่มนี้ท่านพบถึงเหตุผลของการที่พระเยซูทรงเป็นพระผู้ช่วยให้รอดแต่พระองค์เดียวและความรักที่แท้จริงของพระเจ้า

ลิ้มรสชีวิตนิรันดร์ก่อนเสียชีวิต

เป็นบันทึกเรื่องจริงเกี่ยวกับคำพยานของศจ.ดร.แจร็อก ลีผู้ที่บังเกิดใหม่และได้รับการช่วยให้รอดจากหุบเหวแห่งความตายและดำเนินชีวิตคริสเตียนที่เป็นแบบอย่าง

ขนาดแห่งความเชื่อ

สถานที่แบบใด มงกุฎ และรางวัลชนิดใดที่ถูกจัดเตรียมไว้ในสวรรค์ หนังสือเล่มนี้จะให้ความรู้และคำแนะนำแก่ท่านในการวัดขนาดความเชื่อและการเพาะบ่มความเชื่อของท่านให้เจริญเติบโตมากที่สุด

www.urimbook.com

www.ingramcontent.com/pod-product-compliance
Lightning Source LLC
LaVergne TN
LVHW021814060526
838201LV00058B/3382